अभिप्राय

किरण बेदी यांच्या जीवनाची सूत्रे

दैनिक लोकमत, ६-१-२००२

किरण बेदी यांच्या जिद्दीला वाटचालीची ओळख...

दैनिक सकाळ (पुणे) १७-३-२००२

ध्येयवादी पोलिसाचे आत्मकथन

सामना २६ मे २००२

विचारांना प्रगल्भता देणारी अनुभवकिरणे

दैनिक सकाळ, कोल्हापूर, २-१२-२००१

आपल्या
स्नेहीजनांना
पुस्तके
भेट द्या

मजल...
दरमजल...

लेखक
किरण बेदी

सहाय्यक
सरोज वशिष्ठ

अनुवाद
भारती पांडे

मेहता पब्लिशिंग हाऊस

मोर्चा दर मोर्चा (हिंदी)

© किरण बेदी

सहाय्यक

सरोज वशिष्ठ

Translated into Marathi Language by Bharati Pande

मजल... दरमजल... / अनुवादित आत्मपर लेखन

अनुवाद : भारती पांडे

Email : author@mehtapublishinghouse.com

मराठी अनुवादाचे व प्रकाशनाचे हक्क मेहता पब्लिशिंग हाऊस, पुणे

प्रकाशक : सुनील अनिल मेहता, मेहता पब्लिशिंग हाऊस,
१९४१ सदाशिव पेठ, माडीवाले कॉलनी, पुणे – ४११०३०.

अक्षरजुळणी : इफेक्ट्स, २१/६ब, आयडिअल कॉलनी, कोथरूड, पुणे.

मुखपृष्ठ : सचिन जोशी

प्रकाशनकाल : ऑगस्ट, २००१ / डिसेंबर, २००२ / जानेवारी, २००५ /
जानेवारी, २००७ / मार्च, २००८ / फेब्रुवारी, २०१० /
सप्टेंबर, २०११ / डिसेंबर, २०१३ / पुनर्मुद्रण : जून, २०१९

P Book ISBN 9788177663549

E Book ISBN 9788177661743

E Books available on : play.google.com/store/books
www.amazon.in/b?node=15513892031

अनुक्रमणिका _ _ _ _ _

आम्हाला अभिमान आहे / एक

आम्हाला अभिमान आहे

'जगामध्ये बदल घडवून आणण्याचे तुमचे ध्येय असेल तर प्रथम स्वतःमध्ये बदल घडवून आणणे फार आवश्यक ठरते.' किरण बेदींच्या बाबतीमध्ये ही म्हण अगदी शंभर टक्के खरी ठरते. गेल्या पंचवीस वर्षांमध्ये त्यांच्याबद्दल भरपूर लिहिले गेले आहे. त्यामुळे वाणी प्रकाशनने जेव्हा मला या पुस्तकाच्या लेखनामध्ये साह्य करण्यास सांगितले तेव्हा मला क्षणभर असे वाटून गेले— 'आता किरणबद्दल लिहिण्यासारखं काय शिल्लक आहे? सगळं तर या आधीच लिहून झालं आहे.' परंतु १९९३ पासून आजपर्यंत मला जेव्हा जेव्हा किरणच्या सहवासाचा लाभ मिळाला तेव्हा तेव्हा काही ना काही नवी गोष्ट, नवी प्रेरणा निश्चितपणे मिळाली आहे. 'ऐसे-जैसे कुछ हुवाही नहीं' हे तिहारच्या अनुभवावर आधारलेले माझे पुस्तक म्हणजे या सहवासाचेच फलित आहे.

किरण गाडीमध्ये बसलेल्या असोत की, तिहारच्या आवारात फेरफटका करण्यासाठी निघालेल्या असोत, त्या एक क्षणभरही शांत-निवांत नसत. त्यांच्याजवळ सांगण्यासारख्या, करण्यासारख्या इतक्या गोष्टी असत की, प्रत्येक क्षण त्यांच्या लेखी अमूल्य असे. किरण यांनी उच्चारलेला प्रत्येक शब्द मी ताबडतोब लिहून घेत असे. या गप्पागोष्टींचे महत्त्व एका वेगळ्या कारणामुळे वाढलेले आहे. या काळामध्ये मी त्यांच्याबरोबर एक पत्रकार किंवा लेखक या नात्याने फिरत नव्हते, ना त्यांना मी प्रश्न विचारत असे, ना या गप्पागोष्टींना एखाद्या मुलाखतीचे स्वरूप येऊ देत असे. १९९३ मध्ये मी एक कथा वाचण्याच्या निमित्ताने तिहार कारागृहामध्ये गेले तेव्हा हे अशा स्वरूपाचे पुस्तक तयार करण्याचा विचार माझ्या मनामध्ये अजिबात नव्हता. एके दिवशी किरणनी स्वतःच मला सांगितले,

'हे सर्व लिखाण पुस्तकरूपानं तयार कर कारण मासिकं-वृत्तपत्रांमधले लेख थोड्याच काळात विस्मृतीत जातात.'

'ऐसे जैसे कुछ हुआ ही नहीं" या पुस्तकाची अवस्था द्रौपदीच्या वस्त्रासारखी– न संपणारी अशी होऊ लागली होती. रोज एखादी तरी घटना अशी घडत असे की, त्यामध्ये एका नव्या प्रकरणाची सामग्री सहज मिळून जात असे.

स्वत:च्या अनुभवांवर आधारित असलेले माझे ते पुस्तक आणि हे पुस्तक यांचे स्वरूप अगदी भिन्न आहे. वेगवेगळ्या विषयांवर किरण बेदींनी वेळोवेळी विचार व्यक्त केलेले आहेत. त्यावर आधारित असलेल्या या लेखांमध्ये परिवर्तनाच्या स्वराची गाज आहे. नेहरू फेलोशिप मिळाल्यानंतर स्वत:चे लेखन करण्यामध्ये आणि निवृत्तीनंतर राजभवनमध्ये 'विशेष सचिव' या पदावर नियुक्ती झाल्यामुळे आजच्या घडीला किरण असंख्य कामांमध्ये गुंतलेल्या असतात. इतक्या की, एखाद्या प्रश्नाचे उत्तर देण्याइतकी सवड सुद्धा आज त्यांच्याजवळ नसते. मी त्यांना एकदा 'पकडलेच' तेव्हा तर मोठ्या चातुर्याने त्यांनी मला अनेक पर्याय सुचवले. एक दिवस मी त्यांना प्रश्न केला, 'किरण, बाकी सगळं जाऊ दे, तुम्ही पुस्तकं कोणती वाचता त्याबद्दल काही सांगा ना.' त्यांनी अगदी स्वच्छ, स्पष्ट उत्तर दिले, 'घरी जा. तिथं सारी पुस्तकं नीट विषयवार लावून ठेवली आहेत.'

तरीही– किरणनी शिक्षा म्हणून मिळालेल्या पदाला स्वत:च्या विचारांनी एका महान प्रेरणेमध्ये परिवर्तित केले. ती एक अशी कथा आहे. जिच्यामध्ये आपल्या अनेक समस्यांचे उत्तर आपल्याला मिळू शकले.

त्या म्हणतात, 'मी काही एखादा वेगळा मार्ग शोधून काढलेला नाही. माझा मार्ग तर अनंत अडचणींनी भरून गेलेला आहे. मी प्रथम प्रश्न शोधून काढते आणि मग त्यांची उत्तरे सापडतात का ते पाहते. ही उत्तरे अगदी वेगळी अनोखी अशी असतात कारण मी ती उत्तरे सामूहिक पद्धतीने मिळवलेली असतात. माझ्याकडे दप्तरदिरंगाईला अजिबात थारा नाही. सारे काही मी स्वत: जाणून समजून घेते आणि मग त्या प्रश्नावर ताबडतोब कार्यवाही करण्यात येते.'

किरण बेदींसारख्या व्यक्तींचा जन्मच त्यांनी नेतृत्त्व करावे, परिवर्तनाच्या स्वरांनी आसमंत भारून टाकावे यासाठी असतो. हे सारे अंतर्यामातून उमलून उसळून येत असते. म्हणूनच तर फिनिक्स या अमर, अपराजित, अजेय असलेल्या ग्रीक पक्ष्यासारख्या किरण पुन्हा पुन्हा ताठपणे परत येऊ शकल्या आहेत.

अधमाहून अधम, अत्यंत नीच पातळीवरील व्यक्तीमध्येही परिवर्तन घडवून आणू शकेल अशी एक विलक्षण शक्ती किरणमध्ये आहे. त्या संकोचाने हसतात हे खरे आहे परंतु त्यांच्या अंतर्यामी एक प्रबळ, साहसी बंडखोर लपून बसलेला आहे. त्यांच्यावर अनेक वेळा 'खटले' भरण्यात आले आहेत परंतु प्रत्येक वेळी

त्या एका विजेत्याच्या रूपानेच त्यातून बाहेर पडल्या आहेत. त्या उत्साह, सतत उद्योग आणि निश्चयीपणा यांचे मूर्तिमंत उदाहरण आहेत. किरणजवळ आणखी एक फार प्रभावी असे शस्त्र आहे– सहज बुद्धि. या शस्त्राचा वापर त्यांनी तिहार कारागृहामध्ये कशा प्रकारे केला हे मी प्रत्यक्ष पाहिले आहे.

संपूर्ण गुणवत्ता नियोजनाचे प्रतीक असलेल्या किरण, बहुतेक उद्योगपतींना एक प्रेरणास्थान बनल्या आहेत. संपूर्ण गुणवत्ता नियोजन म्हणजे टोटल क्वालिटी मॅनेजमेंट (कदाचित हे शब्द अधिक प्रचलित असतील) म्हणूनच तर एक्सेल कंपनीसारख्या उद्योगांनी १९९४ मध्ये तिहार कारागृहामधील किरणच्या कार्यामध्ये त्यांना पूर्ण सहकार्य केले.

एवढी प्रसिद्धी मिळावयाच्या खूप आधीची एक गोष्ट सांगते. आपल्या कारकिर्दीच्या प्रारंभीच्या काळामध्ये तद्दन फिल्मी ढंगाने किरणनी केलेली ही गोष्ट आहे. जुन्या दिल्लीमध्ये अनेकदा दंगे होत त्या वेळची ही हकीकत आहे. एका मुस्लिम कुटुंबाच्या घरामध्ये स्त्रिया व मुले मिळून एकूण सतरा जणांना कैद करून ठेवले आहे असे किरणच्या लक्षात आले. दंगेखोरांनी घराला बाहेरून कुलूप घातले होते आणि घराला आग लावून दिली होती. किरणनी शिपायांना आदेश दिला, 'दरवाजा तोडा.'

'हे काम अग्निशामक दलाचे आहे.' असे सांगून शिपायांनी तो आदेश पाळण्याचे नाकारले. किरणनी विचारले, 'एवढा वेळ कुठे आहे?' परंतु शिपायांनी किरणचे म्हणणे मानले नाही. तेव्हा किरण स्वत: जवळच्या एका हातपंपाखाली बसल्या. स्वत:ला संपूर्ण भिजवून घेऊन त्यांनी त्या बंद दरवाजावर लाथा घालून तो मोडून काढला. शिपाई गुपचूप बघत राहिले आणि किरणनी एकेक करून साऱ्या व्यक्तींना सुखरूप बाहेर काढले.

किरणचे पूर्वीचे वरिष्ठ श्री. गौतम कौल यांच्या मते किरणना पहिले पोलिस पदक याच शौर्याच्या कृत्यासाठी मिळायला हवे होते. ते नाही मिळाले म्हणून काय झाले? किरण शेवटी किरण आहेत आणि किरणच राहातील.

त्यावेळी किरणनी आपल्या पायांचा वापर केला होता परंतु काही दिवसांनंतर इंडिया गेटवर फक्त आपल्या बॅटनच्या साह्याने किरणनी निहंग शीखांच्या एका मिरवणुकीवर नियंत्रण ठेवले होते. किरणच्या समवेत पोलिस तुकडी नव्हती असे नाही. परंतु दोन्ही पक्ष समोरासमोर आले– पुढची गंमत किरणच्याच शब्दात सांगते– 'त्यांच्या हातात नंग्या तलवारी होत्या. मी मागे वळून पाहते तर माझी तुकडीच्या तुकडी तिथून नाहीशी झालेली होती– त्यांनी मुक्कामच हलवला होता आपला– पण मी डगमगले नाही. माझ्या बॅटननं मी त्या मिरवणुकीला मागे हटवलं.'

गोष्ट साधी आहे. 'विचार करणे, चर्चा करणे, योजना बनवणे ही कामे खूप व्यक्ती करत असतात. परंतु प्रत्यक्ष काम मात्र एकच व्यक्ती करत असते.' असे फ्रान्सचे माजी राष्ट्रपती चार्ल्स द गॉल यांचे मत होते. ऑस्कर वाईल्डने एके ठिकाणी म्हटले आहे, 'आपल्या कृत्याचे समर्थन कधीही देऊ नका. तुमच्या मित्रांना त्याची गरज नाही आणि तुमचे शत्रू त्यावर विश्वास ठेवणार नाहीत.'

कितीही अभिमान बाळगला तरी तो कमीच ठरावा अशी किरण बेदी ही एक व्यक्ती आहे. कोणत्याही दडपणाशिवाय कैद्यांनी कारागृहामध्ये किरणना अनेक वचने दिली आणि कारागृहातून बाहेर पडल्यानंतर ती वचने पाळली. सुटका झाल्यानंतर कैदी प्रथम माझ्या घरी येतात आणि मग किरणना भेटावयास जातात. चारपाच कलमांखाली आरोप ठेवले गेलेला एक कैदी होता. सुटका झाल्यानंतर तो माझ्याकडे आला. त्याला आयात-निर्यातीचा व्यवसाय सुरू करावयाचा होता. हा माझ्याकडे आलेला पहिला कैदी. शिक्षा होण्याआधी तो महानगरपालिकेमध्ये अभियंता म्हणून काम करत होता. त्याला अर्थातच नोकरीवरून काढून टाकण्यात आले होते.

आयातनिर्यातीच्या क्षेत्रामध्ये काम करणाऱ्या माझ्या एका स्नेह्यांकडून मी त्याला योग्य ते मार्गदर्शन मिळवून दिले. त्याने माझे खूप आभार मानले. जाता जाता तो म्हणाला, 'माझा चांगला जम बसला आणि मी मारुती कार विकत घेतली की, मगच मी मॅडमना भेटायला जाईन.'

तिहार कारागृहामध्ये तंट्याबखेड्यांचा तुटवडा नव्हता. एका परदेशी महिलेने एकदा किरणना सांगितले, 'सात वर्षं झाली– मी इथं कैदेत आहे. माझ्याजवळ पैसे असते तर मी जामीनावर सुटले असते.'

किरणनी ब्रिटिश उच्चायुक्तांकडे मदत मागण्याचा सल्ला तिला दिला. 'ते तर माझा पोस्टाचा खर्चसुद्धा देत नाहीत.' उत्तर मिळाले.

अशा संभाषणामध्ये किंवा या प्रकारच्या इतर संवादांमध्ये हे वैशिष्ट्य होते की, आपण आय जी पी आहोत आणि ही व्यक्ती कैदी आहे अशी कोणतीही जाणीव किरण या संवादांमध्ये होऊ देत नसत. हे करण्याची किरणची वर्तनप्रणाली अतिशय विचारपूर्वक निश्चित केलेली आणि सौजन्यपूर्ण अशी होती. एक आगळा परस्पर विश्वास, स्मितहास्य, एक प्रकारची आपुलकी, एक कोवळी संवेदनशीलता या संभाषणांमध्ये जाणवत असे. किरणनी कधीही कोणालाही तुरुंगात येण्याचे कारण विचारले नाही. त्या स्वत: मात्र रोज चारही कारागृहांमध्ये पायी फेरफटका मारत असत. यामागील गुप्त हेतूने त्यांना चांगलेच फळ दिले. या फेरफटक्यानंतर त्या आपल्या कचेरीमध्ये परत येत आणि समोरच्या फायली फारच थोड्या वेळात निपटून टाकू शकत. कारण बऱ्याचशा प्रश्नांची उत्तरे त्यांना या फेरफटक्याच्या

वेळीच मिळून गेलेली असत. किरण जे काही करत ते अधिकारपूर्वक करत. कैद्यांबरोबर किरण खेळीमेळीने चेष्टा मस्करीही करत.

दक्षिणपूर्व आफ्रिकेतील एक निग्रो तरुण कैदी बऱ्याच परदेशी कैद्यांना स्वाहिली भाषा शिकवत असे. एके दिवशी नेल्सन मंडेलांच्या सुटकेबद्दल किरणनी त्यांचे अभिनंदन केले. मंडेला आणि द क्लर्कच्या थोरपणावर त्यांनी एक भाषणही केले. टाळ्यांचा कडकडाट झाला. टाळ्यांच्या त्या आवाजामुळे दुसऱ्या एका निग्रो कैद्याला स्फुरण चढले. त्याला वाटले– 'चला– 'स्वातंत्र्य' ची आरोळी ठोकायला चांगली संधी आहे.' तो कैदी म्हणाला, 'मॅडम, बघा सारं जग मंडेलांच्या विजयाचा आनंदोत्सव साजरा करत आहे आणि मी पहा– इथं सडत पडलोय– आपल्या घरापासून हजारो मैल दूर–'

किरणनी उत्तर दिले, 'तुमच्या नेत्याने एका फार मोठ्या कार्यासाठी सत्तावीस वर्षं तुरुंगात काढली. आम्ही काही तुम्हाला इतकी वर्षं ठेवून घेऊ इच्छित नाही. पण तुम्ही मंडेलानी दाखवलेल्या मार्गाने चालावे असे मात्र आम्हाला नक्कीच वाटते.'

मग किरण स्वाहिली शिकवणाऱ्या त्या तरुणाजवळ गेल्या. त्याच्या केसांच्या बारीक बारीक वेण्या घातलेल्या होत्या. त्याच्या केसांना स्पर्श करत किरणनी विचारले, 'हे असे किती दिवस राहतात?' त्याने उत्तर दिले, 'दोन महिने.' 'म्हणजे दोन महिने तू केस विंचरतच नाहीस का?' त्या तरुणाने ताबडतोब उत्तर दिले, 'पण मी शांपू वगैरे करतो– माझे केस अगदी स्वच्छ आहेत.' तरीही किरणनी त्याला एक कोपरखळी मारलीच, 'तरीही कंगवा विकत घेण्याचा तुझा खर्च वाचलाच की,.'

पोलिस अधिकारी या व्यक्तीची प्रतिमाच एक कठोर कडक व्यक्ती अशी असते. काही लोक किरणना नीट ओळखत नाहीत. त्यांना किरण फार कडक स्वभावाच्या आहेत असे वाटते. खरे तर त्या अत्यंत मृदू आणि कोमल स्वभावाच्या आहेत. तुम्ही त्यांना भिऊन वागला नाहीत तर त्या फार लौकर मनमोकळेपणाने वागू लागतात.

लेनिन म्हणत असे, 'लहान मुलांना शिकवण्यासाठी मला फक्त चार वर्षं द्या. मी असं बीज पेरीन की, जे कधीही उखडून टाकता येणार नाही.' लेनिन जसा एकमेव होता, किरणही तशाच एकमेव आहेत. कोणत्याही तुरुंगवासाचा विचार करा. त्यामागे एका दुःखमय कहाणीशिवाय दुसरे काही असतच नाही. त्या कहाणीमध्ये संताप आणि निराशा काठोकाठ भरलेली असते. प्रत्येक तुरुंगवासामध्ये भरून राहिलेले मौन एकाच प्रकारचे असते. प्रत्येक कारावासामध्ये उफाळणारा आक्रोश कारागृहाच्या भिंतीभिंतीवर आदळून चक्काचूर होऊन जात असतो.

प्रत्येक कैदी एकाच क्षणाची वाट पाहत जगत असतो– ज्या लोखंडी दारामागे तो इतका काळ सडत पिचत पडला आहे त्या दाराकडे वळून पाहण्याची वेळ आपल्यावर पुन्हा येऊ नये हा तो क्षण असतो.

किरण बेदी येईपर्यंत कैद्यांचे दुर्दैव संपवण्यासाठी कोणीही आले नव्हते असे अक्रम खान अक्रमचे मत आहे. त्या बुडणाऱ्या जीवांकडे सारे जण पहात होते. परंतु त्यांना वाचवण्यासाठी कोणी पुढे होत नव्हते. कैदी रात्ररात्र एखाद्या मेणबत्तीसारखे जळत राहात. अक्रमला चारही दिशांना, रस्त्यावर, सगळीकडे प्रेतेच प्रेते दिसायची. 'या प्रेतांना कुणी उचलून का नेत नाही?' एवढेच त्याला दुःख होते.

किरण तिहारला आल्या. त्या कारागृह क्रमांक एकमध्ये फेरी मारत असताना याच अक्रमने पुढील ओळी म्हटल्या होत्या,

'आश्रमात आल्यानंतर आम्हाला असं जाणवलं– मित्रांनो–
जणू प्रेतांमध्ये पुन्हा चैतन्य आलं आहे.
आम्हाला माणूस बनवण्यासाठी– मित्रांनो–
देवीने प्राण पणाला लावून कष्ट घेतले आहेत.'

तिहार कारागृहाला 'आश्रम' असे नाव दिले गेले आणि तेथील रहिवाशांमध्ये एक वेगळीच 'स्वत्त्वाची' भावना जागृत झाली. या बागेमध्ये कैद्यांनी माणूस बनण्याचा, देशाची शान होण्याचा निर्णय घेतला होता.

फूमिहिको माकी नावाचे एक जपानी वास्तुशिल्पी आहेत. संकल्पना अभिव्यक्ती, निर्मितीयोजना आणि वास्तव यांच्यातील परस्परसंबंधाचे विश्लेषण करताना एका लेखामध्ये त्यांनी लिहिले आहे, 'कोणत्याही संकल्पनेच्या प्रारंभाला जी रूपरेखा आखली जाते तिची दोन कामे असतात. पहिले काम म्हणजे विषय वस्तूला धरून एक स्पष्ट चित्र उभे करण्याचा प्रयत्न करणे. आणि दुसरे काम म्हणजे योजनेशी निगडित असलेल्या सर्व शंकांची आणि निश्चित तत्त्वांची सुस्पष्ट मांडणी करणे.' ही दोन्ही कामे किरणना १९९५ सालचा मे महिना उजाडतानाच पार पाडावी लागतील याची माकी यांना कल्पना नसावी. हे शब्द किरणच्या संदर्भात किती अचूक ठरतील हे माकी यांनाही माहीत नव्हते.

मला पत्रे आली ती फक्त अक्रमकडून नव्हे– तर इतरांकडूनही आली. २७ एप्रिल १९९५ ला जोसेफ ओबीने एक लांबलचक पत्र इंडियन एक्सप्रेसला पाठवले होते. त्या पत्राची एक प्रत मलाही पाठवली होती. आणखीही अनेक कैद्यांनी स्वतःची पत्रे माझ्या हातात ठेवली. प्रत्येक पत्रात तीच एक अति काकुळतीची प्रार्थना होती. अक्रमने लिहिले होते, 'आपण कसलाही निरोप समारंभ न करताच साऱ्या कैद्यांना दुःखी विव्हळ करून निघून गेलात. इथली

प्रत्येक व्यक्ती आपल्या आठवणीने व्याकुळ होत असते. आपण आश्रमवासीयांना जे काही दिले आहेत ते त्यांच्या कायमचे स्मरणात राहील. आपल्या फेरीच्या वेळी होणाऱ्या धर्मसभा आता बंद झाल्या आहेत. हिंदू, मुसलमान, शीख, ख्रिश्चन सगळे आता वेगवेगळे झाले आहेत. सगळ्यांची मने मोडल्यासारखी झाली आहेत, धूम्रपानाकडे पाय वळू लागले आहेत. भ्रष्टाचाराने नुकताच जन्म घेतला आहे– लौकरच तो चांगलाच माजेल असे वाटू लागले आहे. समाजातील नास्तिकांची ही देणगी आहे. पैसा हा त्यांचा धर्म आहे आणि जात भ्रष्टाचार ही आहे. जोपर्यंत मनुष्याच्या हृदयात मानवतेचे प्रेम जागृत होत नाही तोवर माणूस कधीही यशस्वी होणार नाही. न्यायप्रेमी असणे, न्यायाने वागणे हीच पूजा आहे. भ्रष्टाचार न करणाऱ्या अधिकाऱ्याचे सर्व राजकारणी लोक शत्रू होतात. आपल्या परवानगीने कवितेच्या काही ओळी लिहून पाठवीत आहे.

आज प्रत्येक माणसाच्या तोंडी तुझी कहाणी आहे.
हृदयाच्या मंदिरात तुझीच खूण जपली आहे.
आम्हा लोकांचा सन्मान वाढवणारी तू
आम्हा सर्वांना हसवत ठेवणारी तू
तू सदा सुखात राहा.

शेवटी अक्रमने किरणना एक सल्लाही दिला आहे–

या असल्या खोट्या शहरामध्ये खरेपणा जपू नको
खुर्ची टिकवायची असेल तर खाल्ल्याशिवाय राहू नको.

पोलिस मुख्यकचेरीमध्ये मी हे पत्र किरणना वाचून दाखवले– तारीख होती *१० मे १९९५. हा शेवटचा सल्ला ऐकून किरण म्हणाल्या होत्या, 'पण मी जेवते की व्यवस्थित!' अक्रमला काय म्हणायचे होते ते स्पष्ट होते परंतु तो गर्भितार्थ लक्षात न येणे हे फक्त किरणच्याच बाबतीत घडू शकले. अक्रमच्या म्हणण्याचा अर्थ समजावून सांगितल्यानंतर किरण खूप हसल्या होत्या. त्यांनी सांगितले, 'मी त्यांना कशी भेटायला जाऊ शकले असते? एवढी सारी माणसं रडताना मी पाहू शकले नसते.'*

३ मे १९९५ ला जोसेफ ओबीला ढसढसा रडताना मी पाहिले होते. त्याने मला सांगितले, 'त्या गेल्या आणि आमच्या आयुष्यातले ९० टक्के सौंदर्य नष्ट झाले. आता हा नाझी तुरुंग झाला आहे.'

मला लिहिलेल्या एका पत्रात जोसेफ म्हणतो, 'तुम्ही दोघींनी आपल्या प्रेमाने माझा आत्मा विकत घेतला आहे. परंतु आता हा संबंध तुटून जातो की, काय असे वाटू लागले आहे. मी या जंगलात हरवून गेलो आहे. मी तुम्हाला काहीही

देऊ शकत नाही. पण तुम्ही दोघी आहात तरी कुठे एवढे तरी मला सांगा. आम्हाला न भेटताच तुम्ही निघून गेलात. एवढेच प्रेम होते का तुमचे आमच्यावर? परंतु तसे असले तरीही माझे तुम्हा दोघींवरचे प्रेम कधीच कमी होणार नाही.' जोसेफने २१ एप्रिलला इंडियन एक्सप्रेसला लिहिलेल्या ५ पानी पत्राची प्रत मी माझ्याजवळ जपून ठेवली आहे. त्या पत्रामध्ये जोसेफने शेक्सपीअरच्या काही ओळी उद्धृत केल्या आहेत.

My heart laments that virtue cannot live out of the teeth of emulation.

याच पत्रामध्ये जोसेफने लेफ्टनंट गव्हर्नर पी. के. दवे यांच्यावर खरमरीत टीका केली आहे. त्यांनी किरणवर केलेल्या प्रत्येक आरोपाची निर्भत्सना करत जोसेफने लिहिले होते, 'कैदी फार नाराज झाले आहेत.' त्यांने अनेक प्रश्न मांडण्याची हिंमत दाखवली होती. या परदेशी कैद्याने कारागृहामधील प्रत्येक व्यवस्थेचा हिशोब मांडला होता. अगदी पी. के. दवे यांच्याकडे जाब मागण्यापर्यंत जोसेफने मजल मारली होती. त्याने आक्षेप घेतला होता, 'किरण बेदींनी आम्हा कैद्यांची भेट राष्ट्रीय मानव अधिकार आयोगाच्या सदस्यांशी घालून दिली म्हणून आपण नाराज झाला आहात. आमच्या अधिकारांची गळचेपी कोणत्या पातळीपर्यंत पोचली आहे. तुम्हाला काय माहिती? आपण स्वत:जवळ अनेक गुपिते लपवून ठेवली असणार असे मला वाटते. तुम्ही लोक किरण बेदींवर चिडून जळत रहा– आतमध्ये आम्ही लोक ज्या प्रचंड संकटाला तोंड देत आहोत– तेवढा काही आमचा गुन्हा मोठा नाही.'

माणसाचे स्वातंत्र्य याबद्दल लिहिताना जोसेफने अमेरिकन लेखक आर. जी. इंगरसॉलचे शब्द उद्धृत केले होते, 'डोळ्यांना प्रकाश, श्वासाला हवा, आणि ह्दयाला प्रेम जेवढं आवश्यक आहे तेवढंच मानवाच्या आत्म्याला स्वातंत्र्य आवश्यक आहे.' जोसेफने जस्टिस शमीम अहमद तांबोळी यांचेही शब्द उद्धृत केले होते, 'स्वातंत्र्यामुळे माणसाला श्वास घ्यायला मदत होते. स्वातंत्र्य नसेल तर जीवन अर्थपूर्ण असण्याची कल्पनाही करता येणे अशक्य आहे.'

भारताच्या घटनेचा हवाला देत जोसेफने विचारले होते, 'भारताच्या तिहार जेलमध्ये आम्ही निरपराध असहाय्य लोकांना आंतरराष्ट्रीय प्रदर्शनासाठी ठेवण्यात आलं आहे का? इथे आठ हजारांहून अधिक कैदी असे आहेत, ज्यांना वर्षांमागून वर्षे झाली तरी कोणत्या अपराधाखाली कैदेत ठेवलं गेलं आहे. हेही त्यांना सांगण्यात आलेलं नाही.'

दिल्लीचे कुप्रसिद्ध कचरासफाई प्रकरण, भारत आणि पाकिस्तान यांच्यामधील अटीतटीला पोचलेले काश्मीरचे प्रकरण, अनेक राज्यांमध्ये झालेला काँग्रेसचा

पराजय अशा अनेक समस्यांची उत्तरे किरण बेदींकडून मिळू शकतील असा दृढ विश्वास जोसेफच्या मनात आहे. शेवटी त्यांने लिहिले आहे, 'कोणतीही समस्या सोडवायची असेल तर त्या ठिकाणी दोन वर्षांसाठी किरणना नेमून टाका. त्या एकाच वर्षात ते काम पूर्ण करून टाकतील. दुःखाची गोष्ट ही आहे की, भारतीय स्त्रियांची अनेक प्रकारची क्षमता मारली जात आहे. आपण पूर्वग्रहदूषित आहोत. महिलांना त्यांचे न्याय्य अधिकार, त्यांचे योग्य स्थान आपण दिले नाही तर लौकरच अमेरिकन राबिन राफेलसारखे सर्व काही उद्ध्वस्त होऊन जाईल.'

उद्ध्वस्त तर बरेच काही झाले आहे. पण त्याची पर्वा कुणाला आहे? १९८०-८२ मध्ये मुल्ला आयोगाने तुरुंग सुधारणेसाठी ४० प्रस्ताव मांडले होते. आज १९९७ मध्ये त्या सुधारणा अंमलात आणणे तर दूर राहिले पण त्या सुधारणा आपल्या लक्ष्यातसुद्धा राहिलेल्या नाहीत. एका दृष्टीने पाहिले तर किरण बेदी वादाचा एक फायदा निश्चितपणे झालेला दिसतो. सर्वोच्च न्यायालय, उच्च न्यायालय, मानव अधिकार आयोग आणि पाच पाच खंडपीठांनी आपापले निर्णय, सूचना देऊन शासनाला निदान जागे तरी निश्चितच केले आहे. प्रदीपकुमार मोंगा या कैद्याने १६ जून १९९४ ला किरणच्या वाढदिवसानिमित्त एक कविता लिहून पाठवली होती. त्यातील शेवटच्या ४ ओळी अशा होत्या,

''आपण जेव्हा जाल येथून तेव्हा एक किरण बेदी देऊन जा
या आश्रमाला ।
आपली खूप भरभराट होवो– पण विसरू नका कधी
या आश्रमाला ।
आपलं स्वप्न खरं झालं आहे वास्तवातील स्वर्ग बनवण्याचं
या आश्रमाला ।
निघून जातानाही सर्व बाजूनी सजवून जा फुलानीच
या आश्रमाला ।''

आपला कार्यकाळ पूर्ण झाला की, प्रत्येकालाच जावे लागते. परंतु किरणना ज्या रीतीने तिहार सोडून जावे लागले, ती गोष्ट या संपूर्ण देशालाच नव्हे तर देशाच्या शासनाला आणि मानवतेला लज्जास्पद आहे. यापेक्षाही अधिक लज्जास्पद गोष्ट ८ मे १९९७ रोजी तिहार कारागृहात घडून आली.

उपराज्यपाल तेजिंदर खन्ना यांनी तिहार कारागृहाला भेट दिल्याची बातमी वाचनात आली. त्यांच्याबरोबर असलेल्या लोकांच्या यादीमध्ये किरणचे नाव पाहून मी दचकलेच. बातमीबरोबर दिलेल्या छायाचित्रामध्ये किरण दिसल्या नाहीत तेव्हा तर मी अधिकच गोंधळून गेले. ८ मे १९९५ लाच किरणनी तिहार

कारागृहाचा निरोप घेतला होता– कुणालाही न भेटता– कोणताही निरोपसमारंभ न करता. त्याच तारखेला दोन वर्षांनंतर किरणनी आपले पाऊल ५ क्रमांकाच्या कारागृहाच्या दारात का ठेवले असेल? माझ्या दृष्टीने हा फार नाजूक प्रश्न होता. या गोष्टी टेलिफोनवर बोलणे मला उचित वाटले नाही.

परंतु ३० मे १९९७ हा संपूर्ण दिवस मी किरण यांच्या कचेरीमध्ये थांबणार होते. सकाळी आणि संध्याकाळी होणाऱ्या सार्वजनिक सुनावणीची प्रत्यक्ष माहिती मला मिळावी आणि राजभवनमध्ये नव्याने स्थापन झालेल्या नियंत्रण कक्षामध्ये थोडा वेळ बसून, पोलिस कर्मचारी तक्रारींचे निवारण कसे करतात हेही मी प्रत्यक्ष पहावे अशी किरणची इच्छा होती. किरणची सार्वजनिक सुनावणी म्हणजे तात्काळ निर्णय, सल्ले आणि लेखी आदेश यांचा एक वेगवान प्रवाहच असतो. त्यामुळे अनेक लोकांना फार मोठ्या प्रमाणावर मदत होत आहे. या नियंत्रण कक्षामध्ये मी बसले होते तेव्हा दिल्लीच्या जनतेचे जे स्वरूप मला पाहायला मिळाले त्यावरून फार प्रकर्षाने एक गोष्ट जाणवली ती ही– आपण शहरी लोक किती मूर्ख, असहाय्य आणि नालायक आहोत. राजभवनमधून सर्व वृत्तपत्रांमध्ये एक सूचना प्रसृत करण्यात आली होती. 'पुढे दिलेल्या दूरध्वनी क्रमांकावर आपल्या तक्रारी नोंदवल्यास त्यांचे निवारण करण्यात येईल.'

मी नियंत्रणकक्षामध्ये हजर होते तेव्हा ज्या प्रकारच्या तक्रारी नोंदवण्यात आल्या त्यांचे थोडे नमुने पाहा–

१) माझ्या घराशेजारी बेकायदा बांधकाम चालू आहे ते थांबवण्यात यावे.

२) संपूर्ण ग्रेटर कैलाश विभागाला ३० मे या दिवशी पाणी मिळाले नाही.

३) पिण्याचे पाणी घाण आहे.

४) मथुरा रोडपासून नोइडापर्यंत लोक रस्त्यावर शौचाला बसतात आणि घाण करतात. त्यांना रोखण्यात यावे.

५) आमच्या भागातील मोकाट कुत्र्यांचा बंदोबस्त करण्यात यावा.

६) माझ्या घराबाहेर कोणीतरी कचरा टाकला आहे.

७) फ्रेंडस कॉलनी ए विभागात काही लोकांनी पदपथावर कबजा केला आहे. सी विभागातील घर क्रमांक ६९ च्या मालकाने पदपथापर्यंत घराचे बांधकाम केले आहे, ३० मे ९७ पर्यंत यावर काहीही कारवाई करण्यात आलेली नाही.

सर्वात गंमतीची गोष्ट ही की, दूरध्वनीवर तक्रारी नोंदवणारे लोक स्वतःचे नाव, पत्ता, फोननंबर इत्यादी माहिती देण्यास मात्र नकार देत होते. एक जण 'माझ्या घरात डास फार झाले आहेत.' म्हणून भांडू लागला तेव्हा मात्र कहर झाला. ही तक्रार ऐकून घेणे माझ्या सहनशक्तीच्या पलीकडचे होते. मी पोलिस कर्मचाऱ्याच्या हातून फोन घेतला आणि सल्ला दिला, 'हे पहा, डासांचा त्रास

माझ्याही घरी होता पण मी स्वत:च त्यावर उपाय शोधून काढला आहे. अंधार पडण्याच्या थोडा वेळ आधी सर्व खिडक्या बंद करून घ्या आणि घरात कडूनिंबाची सुकलेली पाने जाळा.' त्याला अर्थातच हा सल्ला पसंत पडला नाही. हे काम उपराज्यपालांच्या हस्तेच झाले पाहिजे असा तो हट्ट धरून बसला होता. त्रस्त होऊन मी किरण यांच्या कचेरीत परतले.

थोड्या गप्पागोष्टी झाल्यानंतर थोडे दबकतच मी किरणना म्हटले, 'किरण, काही दिवसांपूर्वी मी वृत्तपत्रात वाचलं होतं की, तुम्ही तिहारला गेला होतात. पण फोटोमध्ये तर कुठे दिसला नाहीत.'

'सरोज– धिस इज अ रिमार्केबल स्टोरी... ही गोष्ट सर्वांना कळावी अशी माझी इच्छा आहे.' थोडे थांबून किरण पुढे म्हणाल्या, 'सगळं काही लिहून घे. मी मोठ्या पेचात सापडले होते. मी उपराज्यपालांच्या समवेत तिहार जेलमध्ये जावं अशी सर्वांची अपेक्षा होती. माझ्या अंतर्मनात विचारांचं काहूर माजलं होतं. द्वंद्व चाललं होतं. शेवटी मी जाण्याचा निर्णय घेतला. आपल्या कर्तव्यापासून मी किती काळ दूर राहू शकणार होते? समोर येईल त्याला तोंड देण्याचा मी निश्चय केला खरा पण तिहारमध्ये नियुक्त झालेले तुरुंगाधिकारी आर. एस. गुप्ता यांनी माझ्यासाठी कुठेही कोणतंही आसन निश्चित केलेलं नाही हे मला ठाऊक नव्हतं. व्यासपीठावरही फक्त आठ खुर्च्या ठेवण्यात आलेल्या होत्या. मी काही मोठ्या आशेने तिहारला गेले नव्हते– मी तर उपराज्यपालांच्या गटांपैकी एक होते एवढंच! तरीही मी श्री. तेजिंदर खन्नांपासून दूरदूरच राहत होते. एक वेगळंच वातावरण होतं. जुन्या कैद्यांनी कशीबशी एक प्रार्थना म्हटली. मग आम्ही बराकींमध्ये गेलो. पाहिलं तर तिथं कोणतीही नवीन सुधारणा नव्हती. मी ज्या स्थितीत तिहार सोडलं त्याच अवस्थेत सगळं काही होतं. श्री. खन्नांनी विचारलं, 'हे सगळं तुम्ही केलंत?' आर. एस. गुप्तांनी सांगून टाकलं की, हे सारं त्यांच्याच कारकीर्दीत झालेलं आहे. गोस्वामीनं मात्र स्पष्ट सांगितलं, 'हे सगळं मॅडमनी घडवून आणलेलं आहे.' मी गोस्वामीला बजावलं, 'तुला याची शिक्षा मिळेल बरं' उत्तर मिळालं 'भोगीन!'

एका उपराज्यपालांनी मला तिहारमधून बाहेर काढलं होतं आणि दुसरे मला आत घेऊन आले होते– आहे की, नाही विचित्र योग? डी. आय. जी. सारंगीनी मला विचारलं, 'आपण व्यासपीठावर बसणार का?'– तेव्हा मला फार वाईट वाटलं. आणि त्याहून अधिक दु:ख झालं– परत जाण्याच्या वेळी सारंगी मला म्हणाले, 'तुम्हाला एकट्यांना मुद्दाम एकदा बोलावणं पाठवतो' तेव्हा त्या दिवशी मला समजून चुकलं की, मला विपश्यनेला जायलाच हवं. तरच मी स्वत: अनासक्त होऊन एक अलिप्त जीवन जगू शकेन. मला तर आहे या पलिकडे

जायचंय. जे झालं ते झालं. त्याकडे आता वळून बघायचं नाही. त्या दिवशी उपराज्यपालांना तिहारमध्ये कशासाठी आमंत्रित केलं होतं हे मात्र मला समजलं नाही. नवी पद्धत जुन्या पध्दतीची जागा घेते हे तर मान्य करायलाच हवं!'

'त्या दिवशी माझ्या आयुष्यानं एक नवं वळण घेतलं. सर्व कर्मांची फळं मलाच एकटीला मिळावीत अशी इच्छा मी का करत होते? त्या दिवशी मी ठरवून टाकलं, भले, आंब्याची झाडं मी लावली असतील पण त्यांची फळं कोणी खावीत यावर माझा अधिकार नाही– मला त्याचा त्रासही होता कामा नये– त्या झाडांच्या फळांवर माझा कायमाचा हक्क असू शकत नाही. व्यासपीठावरून माझी स्तुती करण्यात आली असती तरी त्याला काय अर्थ होता? माझ्यापेक्षा अधिक मनस्ताप माझ्या मोटारचालकाला झाला. तो मला म्हणाला, 'तो कृतघ्न आहे, मॅडम– तुम्ही बोलायला हवं होतंत. त्यानं तर स्वतःच क्षुद्रपण दाखवून दिलं.' त्यावेळी मी खूप रडले. इतकी की माझे डोळे सुजून गेले. त्यानंतर खूप वेळ मला घरी जाण्याची हिंमतच होत नव्हती.'

मी हे सर्व लिहून घेत होते खरी पण मला सतत जाणवत होते की, समोर एक घायाळ हरिणी बसली आहे– थोडीशी चाहूल लागली तरी उठून पळून जाण्याच्या तयारीत आहे. म्हणूनच तर काही क्षण गप्प बसल्यानंतर किरणनी शब्द उच्चारले होते, 'सारी दुःखं, सारे त्रास आता संपून गेले आहेत. माझा आता त्या परिसरावर काहीही अधिकार राहिलेला नाही. पंधरा दिवस मनातल्या संघर्षाला तोंड दिल्यावर मी तिथे स्वतःची परीक्षा घ्यायलाच गेले होते. त्या परीक्षेत असफल होऊनही मी एका तऱ्हेने सफल होऊनच परतले. एकाच वेळी मी विद्यार्थीही होते आणि शिक्षकही होते. अखेर शिक्षक विजयी झाला. परीक्षेच्या त्या चारपाच तासांच्या काळात मी शिकले की, नेहमी आदेशांचं पालन केलं पाहिजे. आपले मातापिता, आपले शिक्षक आणि आपणच स्वतःला दिलेल्या आदेशांचे पालन केल्यास तुम्ही कधीच हरणार नाही. आपण जर खेळाडू वृत्तीने वागू शकलो नाही तर सर्व काही रोडरोलरच्या खाली दाबून मोडून नष्ट होऊन जाईल.' मी अवाक् होऊन तोंड उघडे टाकून किरणकडे बघतच राहिले. किरणचे दुःख हलके करण्यासाठी, त्या दुःखाचा थोडा तरी भार उचलता यावा असा एकही शब्द, एकही औषध माझ्याजवळ नव्हते. थोडेसे थांबून मग किरणनी मला सांगितले, 'आता मला तिहारकडे थोड्या अंतरावरून पाहिले पाहिजे. मी आता तिथल्या घटनांमध्ये सहभागी होऊ शकत नाही म्हणून काय झालं? स्वतःवर नियंत्रण ठेवणं, स्वतःकडे तटस्थपणे पाहणं हीच खरी उच्चतम जागृती आहे.'

किरणचे बोलणे ऐकता ऐकता मला भवानीप्रसादांचे एक गीत आठवले. किरणना संपूर्णपणे लागू होईल असे गीत–

'एका वसंत ऋतूमध्ये दोन बैल उद्ध्वस्त करून गेले
माझा सारा बगीचा
पण म्हणून काही मी नवी रोपं लावणं सोडून दिलं नाही.'

मी जाण्यास निघते तोच अचानक किरण म्हणाल्या, 'स्वत:चा मान सांभाळण्याचा माझा अधिकार तर दुसरा कुणी हिरावून घेऊ शकत नाही.' मग क्षणभर थांबून त्या खोडकरपणे म्हणाल्या, 'आय.जी.पी. आर. एस. गुप्तांची तिहारमध्ये दोन वर्षं पुरी होत आलीच आहेत. मला पुन्हा तिथे नेमणूक द्या असा अर्ज करू का?' आताची किरण ही स्वाभिमान आणि आत्मगौरवाच्या विचाराने अस्वस्थ झालेली किरण नव्हती तर तिच्यातली एक खोडकर मुलगी जागी झाली होती.

किरणना तिहारमध्ये का परतावेसे वाटते मला ठाऊक आहे. आपल्या घरी जाण्याची इच्छा कुणाला नसते?

ही घटना घडली ३० मे १९९७ च्या तळपत्या दुपारी.

२ नोव्हेंबर १९९७ ला मुसळधार पाऊस पडला. त्या दिवशी भाऊबीज होती. संध्याकाळी दिल्ली कलाकर्म या माझ्या संस्थेने प्रायोजित केलेला 'कोर्ट मार्शल' या नाटकाचा प्रयोग होता. सिमल्याची 'अभिव्यक्ती' ही संस्था अमला राय यांनी दिग्दर्शित केलेले हे नाटक सादर करणार होती. माझी संस्था किरण बेदी यांच्या मार्गदर्शनाखाली आणि सुरक्षेखाली अनेक कार्ये करत आहे. त्यापैकी एक कार्य म्हणजे अपराधाचे दुष्परिणाम भोगणारी मुले आणि स्त्रीपुरुष यांना मदत करणे हे आहे. अपराधग्रस्त लोकांना, विशेषत: त्यांच्या मुलाबाळांना व कुटुंबीयांना समाजाकडून जी वाईट वागणूक दिली जाते ती सर्वांनाच ठाऊक असते पण त्याची चिंता मात्र कुणालाही वाटत नाही. ही चिंता, ही काळजी किरणना वाटते.

श्रीराम कला केंद्रामधील त्या संध्याकाळच्या कार्यक्रमाला किरण प्रमुख पाहुण्या म्हणून उपस्थित राहणार होत्या. त्यांनी सकाळी सकाळीच मला सांगितले होते, 'स्मरणिका छापून झाली असेल तर एक प्रत मला दे, म्हणजे भाषण करणं मला सोपं जाईल.' सकाळी ९ वाजता मी त्यांच्या घरी पोचले. आपली आई व भाऊ यांच्याबरोबर किरण बागेत बसल्या होत्या. बोलता बोलता मी त्यांना सांगितले, ''रेडियोवर 'मुलांचे अधिकार' या परिसंवादात भाग घेत असताना मला सिमल्याच्या कॅथू कारागृहात घडलेल्या घटनांची आठवण झाली आणि मग या इथल्या मुलांची चिंता वाटू लागली. आजपर्यंत मी किंवा 'नवज्योती' ने जे काही कार्य केले आहे त्याला काहीतरी निश्चित स्वरूप देण्याची आवश्यकता निर्माण झाली आहे.''

अपराधी आणि शिक्षा संपवून स्वतंत्र झालेले कैदी यांच्याबद्दल किरणना

कमालीची तळमळ आहे. या तळमळीमुळेच त्यांनी मला सांगितले होते, 'सरोज, गृहमंत्रालयामध्ये एक पद असे आहे की, जे प्रत्यक्ष तुरुंगांशी संबंधित आहे. जो कोणी या पदावर नेमला जातो आणि जो खुर्चीला चिकटून राहणार असतो तो या अपराध ग्रस्त लोकांसाठी काहीही करत नाही. मला या पदावर काम करण्याची इच्छा आहे. इथे सकारात्मक काम करण्यासाठी प्रचंड संधी आहेत.'

आता प्रश्न असा आहे की, आय जी च्या पदावर पोचलेली महिला आय पी एस सारख्या एखाद्या पदावर स्वत:ची नियुक्ती व्हावी असे निवेदन स्वत:च कसे देणार? खरे सांगायचे तर हे काम देशाची चिंता करणाऱ्यांचे आहे.

काल परवाचीच तर गोष्ट आहे. १९ नोव्हेंबर १९९७ रोजी मी सकाळची सार्वजनिक सुनावणी पाहण्यासाठी गेले होते. लोकांच्या तक्रारी ऐकून आणि त्यांचे निवारण करता करता गेल्या सहा महिन्यात किरण अगदी थकून तर गेल्या नाहीत हेही मला पाहायचे होते. पण माझी शंका अगदी बिनबुडाची ठरली. किरणना कोणत्याही पदावर नियुक्त केले, कोणत्याही उजाड माळरानांवर नेऊन फेकले तरी त्या तिथेही काहीतरी नवे, काहीतरी सुंदर, काहीतरी अनपेक्षित असे करून दाखवतीलच हे तर सर्वांनाच माहीत आहे.

ही सुनावणी सकाळी ९ वाजता सुरू होते. संपेल कधी यावर किरणचे काहीच नियंत्रण नसते. जोवर फिर्यादी येत राहतात तोवर किरण त्यांची दु:खे त्यांच्या तक्रारी ऐकत असतात. बाहेरच्या दालनातील तिकीट देणारा अधिकारी कुणालाही परत पाठवत नाही. मी एकदा इन्स्पेक्टर सुनीताना विचारलेही होते, 'सुनीता, ही सुनावणी किती वाजेपर्यंत चालते?' उत्तर मिळाले, 'जोवर लोक येत असतात तोवर.'

चार तास चाललेल्या या सुनावणीमध्ये दाखल झालेल्या तक्रारींचा नमुना पाहा: आमच्या विभागातले दगडधोंडे गेल्या चार वर्षांमध्ये उचलले गेलेले नाहीत; येण्याजाण्याचा रस्ता बंद झाला आहे; माकडे, कुत्रे, डास यांचा त्रास फार वाढला आहे.

आणि हे लोक या तक्रारी पहिल्यांदाच नोंदवत होते असे नाही. आपला आदेश लिहिताना किरण म्हणाल्या होत्या, 'जोवर चाळीस लोक आजारी पडत नाहीत तोवर काही होणार नाही. फक्त चार जणांना ताप चढून काय उपयोग? (किरणच्या पहिल्या आदेशाकडे नगरपालिकेने डोळेझाक केली होती हे उघडच आहे.) नागरिक स्वत: उभा राहून दबाब आणत नाही तोपर्यंत नगरपालिकेच्या सेवकांना काय वेड लागले आहे– कामही करायला आणि पगारही घ्यायला!

सप्टेंबर महिन्यातच नगरपालिकेच्या आयुक्तांनी आपली तीव्र नाराजी व्यक्त करत उपराज्यपाल तेजिंदर खन्ना आणि विशेष सचिव किरण बेदी यांच्यावर

आरोप केला आहे. 'उपराज्यपाल आणि विशेष सचिव यांचा नगरपालिकेच्या कार्यपद्धतीमध्ये हस्तक्षेप करणे ही अनुचित घुसखोरी आहे. त्यांना असे करण्याचा काहीही अधिकार नाही.'

वाद निर्माण केला नाही तर ती किरण कसली? आणि कुणाला घाबरून किरण मागे हटणे शक्य तरी आहे का?

'त्यांचे असे म्हणणे आहे.' 'आम्ही कोणत्याही प्रकारचा अतिरिक्त कायदेशीर दबाब सहन करणार नाही. आपण किती खालच्या पातळीला गेलो आहोत याची कल्पना एका विरोधी पक्षनेत्याच्या या उद्गारांवरून येते. 'त्यांचे असे म्हणणे आहे' 'उपराज्यपालांनी नियुक्त केलेल्या टास्क फोर्सच्या कामगिरीमुळे भ्रष्टाचार वाढला आहे. टास्कफोर्स निर्माण करण्याचा हक्क काय फक्त उपराज्यपालांचा आहे?'

नगरपालिकेचे सदस्य तर नाराज आहेतच परंतु नगरपालिकेच्या उपनेत्यांनी तर त्याही पुढे एक पाऊल टाकले आहे. त्यांनी नागरिक दलातील रक्षकांची तुलना विशेष पोलिस अधिकाऱ्यांशी केली आहे. ते म्हणतात, 'विशेष पोलिस अधिकारी भ्रष्ट आहेत हे सिद्ध झाले तसेच हे नागरिक रक्षक अधिकारीही त्यांच्या पावलावर पाऊल टाकून चालले आहेत. नको त्या माणसांच्या मदतीने हे लोक रक्षक बनले आहेत. किरणनी नुकतेच जामामसजिद भागातील एका नागरिक रक्षकाला पदच्युत केले हे खरे आहे. तक्रार नोंदवण्यास येणाऱ्या प्रत्येक नागरिकाकडून हा माणूस पन्नास पन्नास रुपये उकळत होता. शिवाय त्याने ओळखीच्या लोकांना बेकायदेशीरपणे परिचयपत्रे दिली होती. या परिचयपत्रांच्या साह्याने ते लोक निरनिराळ्या आरोपांखाली लोकांकडून दंड वसूल करू शकत होते. परंतु नगरपालिकेने हस्तक्षेपाच्या संदर्भामध्ये केलेल्या आरोपांविषयी किरण म्हणतात, 'सार्वजनिक तक्रारी ऐकण्याचा कायदेशीर व नैतिक अधिकार उपराज्यपालांना आहे. आणि उपराज्यपालांच्या कचेरीपर्यंत येणाऱ्या तक्रारी बहुतांशी नगरपालिकेशी संबंधित अशाच असतात. उपराज्यपालांची कचेरी फक्त 'प्रेक्षक' राहू शकते? फक्त बघत बसणे हे उपराज्यपालांचे काम नाही. तक्रारींची दखल घेणे, त्यांचे निवारण करण्यासाठी मदत करणे यापासूनच तर सर्व प्रक्रियेचा आरंभ होतो.

नगरपालिकेने माजवलेल्या हुल्लडीचा परिणाम असा नक्कीच झाला की, तेजिंदर खन्नांनी नागरिक रक्षकांना प्रदान केलेले अनेक अधिकार रद्द केले गेले आणि असे आदेश जारी केले गेले की, वेगवेगळ्या वेळी बारा उपायुक्तांना भेटण्याऐवजी किरण बेदी महिन्यातून एकदा आयुक्तांची भेट घेतील. यामुळे माझे काम फारच सोपे झाले आहे. दुसरे म्हणजे उपराज्यपालांच्या या निर्णयामुळे आणखी एक गोष्ट सिद्ध होते– त्यांना अहंकाराची बाधा नाही.'

तसे पाहिले तर कोणाही नागरिकाला किंवा नागरिक रक्षकाला तक्रार करण्याचा हक्क आहे. नगरपालिका स्वत:ची कर्तव्ये करू शकत नाही म्हणून काय नागरिकांच्या या हक्कावरही ती बंधने घालू शकते?

त्यादिवशी सार्वजनिक सुनावणीनंतर मी किरणच्या कचेरीमध्ये बसून तेथील कार्यपद्धती पाहत होते. योगायोगाने मला किरणचा फोनवरील संवाद ऐकायला मिळाला. किरण फोन करणाऱ्या व्यक्तीला सांगत होत्या, 'तुम्ही इथे येऊन आमच्या नियंत्रण कक्षामध्ये थोडा वेळ घालवा. हे लेखी, फॅक्सवरचे संदेश वगैरे काही उपयोगाचे नाहीत. आपल्याला आता प्रत्यक्ष कृतीची आवश्यकता आहे. सिव्हिल लाईन्स मधून आलेल्या एकाही तक्रारीचे निवारण अजून झालेले नाही. आम्ही सर्वच गोष्टींवर नजर ठेवून आहोत. तुमच्या निकृष्ट दर्जाच्या कामाकडे मुद्दाम लक्ष वेधून घेण्याचा प्रयत्न आम्ही चालवलेला नाही. हे सगळे जगजाहीर होण्याआधी तुम्ही तुमचे काम सुरू करावे हे चांगले. आता कृतीची जरूर आहे. नुसत्या फाईली भरण्याने काय होणार?'

मी जरा दबकतच विचारले, 'कुणाचा फोन होता?'

'नगरपालिकेचा नवा आयुक्त' मी तर फक्त हळहळ व्यक्त करू शकते. इथे एक वीरांगना आपले शहर, आपला देश, आपल्या लोकांसाठी इतकी अस्वस्थ होत आहे आणि ही नगरपालिका... मी काही न बोलणेच ठीक! कारण नागरिकांचे जीवन हे असे दुष्कर करणारी पद्धत तर कित्येक वर्षांपासून चालत आली आहे.

त्या दिवशी आणखीही बऱ्याच प्रकरणांशी माझी ओळख झाली. त्यांच्याबद्दलच मी आता सांगणार आहे. तिथे बसल्या बसल्या मात्र माझ्या मनात सतत येत होते– हे काम किरण बेदींवर सोपवण्याच्या लायकीचे आहे का? या– मी तुम्हाला सार्वजनिक सुनावणीचे ताजे चित्र दाखवते. त्यानंतर मी काहीच बोलणार नाही. तुम्ही जागरूक, सुबुद्ध नागरिक असाल तर किरण बेदी ही काय व्यक्ती आहे हे तुम्हाला आपोआपच समजून येईल.

तक्रार नोंदवण्यासाठी आलेल्या एका गटाची तक्रार एका बौद्धविहाराविरुद्ध होती. त्यांची विनंती अशी होती की, त्या विहाराची जमीन त्यांच्या नावे करण्यात यावी. कोणाचे तरी नाव घेऊन ते सांगत होते की, हा माणूस गेली २२ वर्षे या मंदिराचा सचिव आहे. या कार्यकर्त्यांची मागणी अशी होती की, मंदिराची मिळकत कायदेशीररीत्या आता त्यांच्याकडे सोपवण्यात यावी. बोलता बोलता त्यांनी चुकून किरणना हेही सांगून टाकले की, मंदिराच्या परिसरामध्ये चार दुकाने आणि एक सभागृह त्यांनी बांधले आहे. किरणनी चमकून विचारले, 'डी.डी.ए. ची परवानगी घेतली होती?' उत्तर आले, 'नाही.' ही बांधकामे बेकायदेशीर होती– अगदी झोपडपट्ट्यांइतकीच बेकायदेशीर होती हे उघड होते. या तक्रारखोर

मंडळींच्या आधी किरणकडे आलेला एक तरुण किरणची विनवणी करत होता, 'झोपडी पुन्हा बांधायची मला परवानगी द्या– मी कुठे जाऊ– माझं या जगात कुणीही नाहीये.' परवानगी देण्याचा प्रश्नच येत नव्हता. बिचारा विस्थापित डोळ्यात पाणी घेऊन परत गेला होता.

बौद्ध विहारावर कबजा केलेल्या कार्यकर्त्यांना किरणनी अगदी स्पष्टपणे सांगितले नव्हते की, तुमची बेकायदा बांधकामे तोडली जातील त्याला तयार राहा. परंतु जे सांगितले त्याचा अर्थ तोच होता. त्यांनी सांगितले होते, 'मी तुमचं म्हणणं कसं मान्य करू? आत्ता तुमच्या देखतच मी त्या माणसाला पुन्हा झोपडी बांधायची परवानगी नाकारली आहे. तुम्हाला कशी परवानगी देऊ?– तुम्ही पांढरे कपडे घातले आहेत आणि त्याचे कपडे मळके होते म्हणून? तुमच्या बौद्धविहाराच्या हिशोबांची तपासणी झाली आहे का? उद्या त्या तपासणीचा अहवाल मला दाखवण्यासाठी घेऊन या.'

'नाही– गेल्या वीस वर्षांत त्या सचिवांनी कसलेच हिशोब लिहिलेले नाहीत.'

'ठीक आहे. तुमच्या कारकीर्दीतल्या हिशोब तपासणीचे अहवाल घेऊन या.'

त्या कार्यकर्त्यांनी हिशोब तपासणी करून घेतलेली नव्हती हे त्यांच्या चेहऱ्यांवरूनच स्पष्ट दिसत होते. उडत्या पाखराची पिसे मोजणारी तीक्ष्ण नजर हे सारे पहात होती. 'आणि हो, अहवालाबरोबर तुमच्या ऑडिटर्सनाही घेऊन या– पहिल्यांदा ते पैसे खात होते– आता तुम्ही खाताय– काय फरक आहे दोघांच्यात?' सगळ्यांची बोलती बंद. पोलिस छड्या-लाठ्यांचा वापर करू शकतात. परंतु शब्दांनी नजरेने लाठीपेक्षा जोरात वार करण्यात किरण पटाईत आहेत.

नंतर किरण म्हणाल्या, 'या तक्रारीचं तात्पर्य काय? दुसऱ्यांनी केलेलं बेकायदेशीर कृत्य आम्हाला टोचतं हा आमचा स्वभावच झाला आहे. तुम्ही जुगार खेळून कमावलेला पैसा गरीबांमध्ये वाटलात तरी ते कृत्य चुकीचंच असतं ना? आणि उद्या– ऑडिटर्सबरोबर आधीच्या त्या सचिवांनाही घेऊन या. दोन्ही बाजूंचं म्हणणं ऐकून घेतलं पाहिजे.'

माझ्या मनात विचार आला, 'आता हे लोक कोणता मुखवटा चढवून किरणच्या समोर उभे राहतील?'

कुटुंबातील हिंसा, हुंड्यामुळे होणारा छळ यांना बळी पडलेल्या स्त्रियांची आपल्या देशात कमतरता नाही. त्या दिवशीही अशा तीन चार जणी होत्याच. एक स्त्री, तिची मुलगी आणि मुलगा. 'आमच्या मुलीच्या भावी सासरकडून हुंड्याची मागणी केली गेली आहे.' अशी लेखी तक्रार होती.

किरणनी उलट प्रश्न केला, 'कशाला देताय आपली मुलगी अशा भिकाऱ्यांच्या घरात?' आईने उत्तर दिले, 'काय करणार? हिला एक डोळा नाहीए ना!'

मी मुलीकडे पाहिले. मला तर दोन्ही डोळे अगदी ठीक दिसत होते. थोडी काळीसावळी होती खरी पण छान होती. लहान होती, असहाय हरिणीसारखी गप्प, बावरलेली. कदाचित काही कारणाने एका डोळ्यातील दृष्टी गेलेली असावी.

किरणनी तिला विचारले, 'तू भिकाऱ्याशी लग्न करायला तयार आहेस का?'

'नाही.'

'मग तुम्ही हे लग्न मोडून टाका. तुमच्याकडून हुंडा मानपान सगळं घेतील आणि महिन्याभरात तुमच्या मुलीला परत पाठवून देतील. तुम्ही मला कागदावर लिहून द्या- हे लग्न मोडलं असं- तरच तुम्हाला मदत करीन मी. अहो, या मुलीला स्वतःच्या पायावर उभं राहायला शिकवा- लग्न लग्न काय? होईल की- वय तरी काय असं झालंय पोरीचं?' पंधरा मिनिटांनी तिघेही जण आले आणि आपली नव्याने लिहिलेली तक्रार किरणच्या हातात देऊन गेले. नंतर मी किरणना विचारले, 'मुलाकडच्या लोकांनी लेखी मागण्या केल्या आहेत का?'

'नाही.'

पुढे आणखी काही विचारण्याची इच्छाच राहिली नाही. स्वतःच्या मुलींना घरातून काढून नरकात ढकलण्याचे प्रयत्न आई-वडील का करत असतात?

आणखी एका आईची तक्रार होती 'माझ्या नावावर दोन फ्लॅट्स आहेत. माझा नवरा आणि मुलगा दोघेही मला आणि मुलीला मारझोड करतात, घाणेरड्या शिव्या देतात. मला मदत करा. मला ते दोघेजण ठार मारून टाकणार आहेत.

ते म्हणतात, 'काय करशील? तुरुंगात टाकशील? दुसऱ्या दिवशी जामिनावर सुटून येऊ आणि तुला ठार मारून टाकू.'

किरणनी विचारले, 'मुलगा अडवत नाही का बापाला?'

'तो तर सिमल्याला राहतो. काल आला होता. थोडंसं स्वतःचं सामान ठेवून गेलाय, आणि बाप तर त्यालाही मारतो, हाणतो, शिव्यागाळी करतो पण तरी तो माझ्या बाजूने काही बोलत नाही. कदाचित त्यालाही या मिळकतीतला हिस्सा हवा असेल.'

मुलाचे वय विचारले तेव्हा उत्तर आले, 'चाळीस.' किरणनी तिची सोय करत सांगितले, 'तुम्ही तुमच्या मुलाला बरोबर घेऊन या. मी तेव्हा तुम्हाला मदत करीन. इथे तो तुमच्या शेजारी उभा राहील तेव्हा मला बघायचं आहे- हा चाळीस वर्षांचा माणूस आहे की चार वर्षांचा- किती शूरवीर आहे हा मुलगा तेच बघायचं आहे मला.'

त्यादिवशी खरे आणि खोटे याचा निवाडा करणाऱ्या किरणकडून कितीतरी लोकांना बोलणी खावी लागली. एका तरुण शीखाने आपली लेखी तक्रार किरणच्यासमोर ठेवली. रागावलेल्या किरण एकदम ओरडून म्हणाल्या, 'तरी मी

विचार करते आहे. हा दारूचा वास कुठून येतो आहे? चल— मागे हो— आधी मागे हो!' आणि मागे वळून त्यांनी हुकूम केला, 'पी. सी. आर ला बोलावून घ्या आणि या माणसाच्या रक्तात अल्कोहोल कंटेंट किती आहे हे तपासायला सांगा.'

आणखी एक सरदारजी आला. कोणत्याशा गुरुद्वाराचा तो रागी होता. एका ठाणेदाराने त्याला खूप पिटले होते. त्याला प्रश्न विचारल्यावर उत्तर दिले ते त्याच्या बरोबर आलेल्या एका मित्राने, 'तो पोलिस ठाण्याच्या बाहेर पठण करत होता म्हणून ठाणेदाराने त्याला खूप मारले.'

'पठण करण्यासाठी गुरुद्वारा आहेत, तुमचं स्वतःचं घर आहे, पोलिस ठाण्याबाहेर पठण करायची व्यवस्था आम्ही अजून केलेली नाही.'

'पण मी तर शांतपणेच निदर्शन करत होतो.' पोलिसठाण्यावर नेण्याआधी तो रागी कोणत्या तरी घोटाळ्याच्या जागेवर धार्मिक अनुष्ठान करत बसला होता याची पूर्वकल्पना किरणना होती असे मला वाटते. किरणनी आदेश दिला, 'याला बाहेर थांबायला सांगा— मी नंतर त्याच्याशी बोलेन.'

तो रागी किरणच्या दालनामध्ये दहा पावले मागे गेला आणि धरणे धरल्याच्या पावित्र्यात जमिनीवर बसला. थोड्याच वेळात दोन पोलिस आले आणि त्यांनी अगदी सौजन्यपूर्वक त्याला घालवून दिले.

एक चांगला जाडजूड मध्यमवयीन पुरुष मेडिकल रिपोर्टच्या आधारे एका घराची वाटणी करू पाहत होता. किरणनी त्याला सांगितले, 'अशी मागणी करणारे खूप लोक इथे येतात रोज. तुम्ही वकील आहात का?'

उत्तर आले, 'नाही.'

'मग 'माय लॉर्ड' कसं म्हणालात?'

'कोर्टात असंच बोलावं लागतं.'

'हे काही कोर्ट नाहीये. साधी कचेरी आहे.' किरणनी खूण केली आणि थोड्याच वेळात माहिती मिळाली की, तो माणूस वकीलच होता. थोड्या अंतरावर उभा असलेला एक वृद्ध म्हणाला, 'ऑनेस्टी इज द बेस्ट पॉलिसी. मी मोडून पडेन पण खोटं बोलून बेईमानी करणार नाही कधी.'

किरणनी मोठ्या अभिमानाने त्या वृद्ध गृहस्थाची ओळख करून दिली, 'हा माझा ट्रक ड्रायव्हर म्हणून काम करत होता. तो काहीही करेल, पण बेईमानी नाही करणार.'

कांजीवरमच्या किंमती रेशमी साड्या नेसलेल्या दोन स्त्रिया आपापल्या लेखी तक्रारी पूर्णपणे खऱ्या असल्याचा दावा करत होत्या. एक तरुण स्त्री, दुसरी मध्यमवयीन. दोघी असत्याचे पुतळेच. त्यांना कुणीतरी त्रास देत होते, ते का? प्रश्न योग्य होता. म्हणून किरणनी त्यांच्या विभागातील पोलिस ठाण्याकडून

माहिती मागवली होती. त्यामुळे दोघीही नाखूष होत्या. त्यांना तक्रारीचे निवारण ताबडतोब करून हवे होते. ज्या ज्या लोकांच्या तक्रारींना उपाय सुचवले गेले होते. ज्यांच्या तक्रारींवर व्यवस्थित रीतीने काम चालू होते ते ते सगळे लोक इतर फिर्यादींपेक्षा अधिक उतावीळ झाले होते. जणू एक जादूची कांडी फिरवा म्हणजे उरले सुरले कामही चटकन होऊन जाईल!'

सुनावणी संपवून किरण आपल्या कचेरीमध्ये परत जात होत्या तेव्हा मी म्हटले, 'एवढं धैर्य, एवढी सहनशीलता तुमच्या अंगात कशी आली?' उत्तरादाखल त्यांनी फक्त स्मितहास्य केले. आत पोचल्यावर त्या म्हणाल्या, 'तिहारच्या मानानं इथला अनुभव वेगळाच आहे.' तिथं तक्रारींचं निवारण करणं, समस्या सोडवणं, माझ्या हातात होतं. इथे मी प्रत्येक विभागाच्या काम करण्याच्या पद्धतीला जणू आरशात पाहत असल्यासारखी पाहत असते. तिथे आम्ही समस्यांची शवपरीक्षा करत होतो. कोण सडलंकुजलं आहे ते पाहत होतो, रोग नक्की कुठं आहे ते तपासत होतो. इथे परिस्थिती अशी आहे की, तक्रार आमच्यापर्यंत पोचते हे खरं. पण तिचं निवारण करणं आमच्या हातात नाही. कित्येक विभाग कोणत्या तरी दबावाला बळी पडतात आणि एवढंच म्हणतात, 'चला, ऐकून तरी घेऊ याची तक्रार' पण त्यांची ना कार्यपद्धती बदलते ना मानसिकता बदलते.'

युगोस्लाव्हियामध्ये एक म्हण आहे, 'तुम्हाला एखादी व्यक्ती खरोखर कशी आहे हे जाणून घ्यायचे असेल तर त्या व्यक्तीची एखाद्या अधिकाराच्या पदावर नेमणूक करा.'

ऑस्कर वाईल्डने आपल्या एका नाटकात प्रतिपादन केले आहे. 'कोणत्याही व्यक्तीची किंवा देशाची प्रगती होण्यासाठी आवश्यक असलेलं पहिलं पाऊल म्हणजे असंतोष, अस्वस्थता. परमेश्वराने या विश्वाची निर्मिती केली तेव्हा चहूकडे अव्यवस्थेशिवाय दुसरे काहीही नव्हते.

मानवाच्या अस्वस्थतेमुळेच जगामध्ये उत्कृष्ट प्रकारची प्रगती होणे शक्य आहे.

आज स्वातंत्र्य म्हणजे एक महामारी, एक प्लेगसारखा रोग बनून आपल्यासमोर तोंड वासून उभे आहे. तुम्हाला सत्ता, अधिकार किंवा स्वतःचे पद प्रिय वाटत असेल तेव्हा तुमचे फक्त स्वतःवरच प्रेम असते. तुम्हाला खरोखरच स्वातंत्र्य प्रिय असेल तर तुम्ही दुसऱ्यांवर प्रेम करत असता– अट फक्त एवढीच– निरंतर सावध असणे. किरण मात्र आजकाल राजभवनमधून कोणावर नजर ठेवून सावध आहेत? ज्या नगरपालिकेला आत्माच नाही त्या नगरपालिकेवर! आपण धड नगरपालिकेला बेकायदेशीर ठरवू शकत नाही किंवा पदच्युतही करू शकत नाही.

३ एप्रिल १७७७ ला एडमंड बर्कने ब्रिस्टलच्या शासनकर्त्यांना एक पत्र

लिहिले होते. त्यात त्याने म्हटले होते, 'ज्या ठिकाणी बहुतांश लोक भ्रष्ट असतात तेथे स्वातंत्र्य फार काळ टिकू शकत नाही.' परंतु भारतामध्ये अशी परिस्थिती आहे की, कायदेशीर स्वातंत्र्य असूनही भ्रष्टाचार बिनधास्त पसरत आहे. तरीही आपण मात्र 'स्वतंत्र' आहोत. आपण राग व्यक्त करू शकलो तर किती चांगले होईल. चारऐवजी चाळीस आजारी पडले तर किती चांगले होईल. जगात कोणालाही बदल– परिवर्तन आवडत नाही. परिवर्तनाचे दुष्परिणाम फार लोकांना सोसावे लागतात. फक्त मूर्ख आणि मेलेले लोकच आपले मत कधीही बदलत नाहीत. काही थोड्या लोकांनी जरी आपले मत, आपली विचारधारा सुधारली तरी केवढे मोठे काम होईल.

परिवर्तनाचे समर्थन करताना कार्ल मार्क्सने खूप काही सांगितले आहे, आणि लेखनही केले आहे. १८६८ मध्ये लिहिलेल्या एका पत्रात त्यांनी लिहिले आहे, 'इतिहासाचा थोडासा जरी अभ्यास केला असेल तर त्याला हे निश्चित माहीत असेल की, स्त्री वर्गाने आपला राग, आपला अंतःक्षोभ प्रकट केला नाही तर कोणतेही परिवर्तन होणे शक्य नाही. आपल्याला सामाजिक परिवर्तनाचे मूल्यमापन करावयाचे असेल तर प्रथम महिलांच्या सामाजिक स्थितीवर एक नजर टाका.'

परिस्थिती आपोआप बदलत नसते, ती आपण बदलत असतो हे आपण कायम लक्षात ठेवले पाहिजे. परिवर्तन ही एक शास्त्रीय प्रक्रिया आहे. परिवर्तन निःसंदिग्ध आहे, सुनिश्चित आहे आणि किरणना या प्रक्रियेमध्ये पूर्ण आस्था आहे.

परिवर्तन ही विकासाची प्रक्रिया आहे. तुम्ही शिकता, काम करता आणि विकसित होता. किरणनी सिद्ध करून दाखवले आहे की, कोणत्याही कामाला बिचकण्याची जरुरी नसते. कोणतीही नेमणूक शिक्षा असत नाही. किरणनी एक विशेष कार्यपद्धती विकसित केली आहे. उपराज्यपालांच्या कचेरीच्या अधिकार क्षेत्रामध्ये दिल्ली सरकारचे ४१ विभाग येतात. लोकांना उत्तर देण्याची जबाबदारी स्वीकारण्याखेरीज दुसरा पर्याय काय असू शकतो? लोकांच्या मनामध्ये 'क्रेन'ची आठवण अजूनही ताजी आहे. १९९७ साल हे १९८१ सालापेक्षा फार काही वेगळे नाही. किरणची कार्यपद्धती अगदी सरळ आणि सुव्यवस्थित आहे. सतत काम करत राहिले पाहिजे आणि सतत समस्यांची उत्तरे शोधत राहिले पाहिजे यावर त्यांचा विश्वास आहे. कधी कधी आपल्याला अगदी वेगळ्याच दृष्टिकोनातून उत्तरे शोधावी लागतात. अट एकच हे उत्तर शोधत असताना त्यामध्ये सार्वजनिक सहभाग असला पाहिजे. गेल्या आठ महिन्यांमध्ये आमच्या नियंत्रण कक्षामध्ये ३३ हजार तक्रारी नोंदवल्या गेल्या आहेत. आमच्या प्रशासनाचा डोलारा का बरं कुरकुरू लागला आहे? काही नाही– काहीही न करण्याची सवयच होऊन गेली

आहे. म्हणूनच आम्हाला हा डळमळता डोलारा पाडून टाकायचा आहे, बदलून टाकायचा आहे. सार्वजनिक नेतृत्व हे महत्त्वाचे काम पार पाडू शकते. सामान्य लोक अशा कामामध्ये सामील होण्यास कचरत नाहीत. आपली लढाई प्रदूषणाशी असते तेव्हा आपण स्वत:च वाहतुकीचे नियम पाळत असतो.

आज पहिल्यापेक्षा फार मोठ्या प्रदेशाच्या समस्यांनी किरणना घेरून टाकले आहे हे खरे आहे. आपल्याला अनेक किरण बेदी मिळू शकत नसल्या तरी या एका किरण बेदीचे काही गुण आपल्यापैकी काहींनी आत्मसात केले तरीही पुष्कळ समस्या सुटू शकतील.

येथे मला आपल्याला एका योजनेसंबंधी माहिती द्यावी असे वाटते. मध्यप्रदेशातील बिलासपूरचे जिल्हाप्रमुख हर्ष मंडर यांनी नुकतीच एक किरण योजना सुरू केली आहे. कारागृहातील कैद्यांवर अवलंबून असलेल्या लोकांसाठी ही योजना सुरू करण्यात आली आहे. ही योजना चालवण्यासाठी जिल्हाप्रशासनाने तीन स्थानिक बिनसरकारी संघटना आणि अन्य सरकारी संस्थांकडून मदत मागितली आहे. कारागृहातील बहुसंख्य कैदी अगदी मामुली अपराधांची शिक्षा भोगत असतात किंवा जमिनीवरून झालेल्या तंट्यामधील गुन्हेगार असतात. एकदा असे कैदी तुरुंगात आले की, त्यांच्या बायको मुलांना अनेक संकटांना तोंड द्यावे लागते. या कैद्यांमध्ये भटक्या विमुक्त जाती जमातींचे लोक अधिक संख्येने असतात. सामर्थ्यवान उच्चवर्णीय लोक परिस्थितीचा गैरफायदा घेतात आणि त्यांच्या जमिनी हडप करतात. या योजनेच्या अंतर्गत अशा कैद्यांना कार्यकर्त्यांशी मोकळेपणाने आपल्या अडीअडचणींविषयी बोलण्याची परवानगी दिली जाते. किरण बेदींना याहून अधिक समर्पक उत्तर दुसरे कोणते मिळाले असते? आज सर्वात महत्त्वाची गोष्ट, गरजेची गोष्ट म्हणजे शिक्षा भोगून सुटलेल्या आणि अजून शिक्षा भोगत असलेल्या कैद्यांचे पुनर्वसन करणे. कधी न संपणाऱ्या या कहाणीच्या नायिकेला अलीकडे एक नवीन नाव बहाल करण्यात आले आहे. 'नॉन स्टॉप कॉप' म्हणजे निरंतर, अविश्रांत काम करणारी पोलिस कर्मचारी. यामध्ये कोणतीही अतिशयोक्ती नाही की, अतिरंजकताही नाही.

जोसेफ बोएज संस्थेने २२ ऑक्टोबर १९९७ ला किरण बेदींना १४,००० डॉलर्सचा पुरस्कार प्रदान केला. का बरे? आता तर त्या तिहार कारागृहाच्या प्रमुख नाहीत– तुम्ही हा प्रश्न नक्कीच विचारू शकता. १९८७ मध्ये जोसेफ बोएजनी स्थापन केलेल्या या संस्थेचा कारागृहांशी काय संबंध होता? त्या लोकांनी किरण बेदींनाच हा सन्मान देण्याचा निर्णय का आणि कसा घेतला असेही आपण विचारू शकता?

बोएज संस्थेने या प्रश्नांची उत्तरे अशी दिली आहेत, संस्थेच्या सदस्यांच्या

सांगण्याप्रमाणे 'कलावंत असलेले जोसेफ बोएज यांचे मत असे होते की, प्रत्येक मनुष्य हा एक कलावंत असतो.' परंतु याचा अर्थ असा निश्चितच नाही की, एका संकुचित दृष्टिकोनातून एखाद्या विशिष्ट कलेकडे पाहावे. आपण जे काही करत आहोत, ज्या ठिकाणी करत आहोत त्यामध्ये कलेच्या स्वरूपाचे भान ठेवणे फायद्याचेच असते. जोसेफ बोएजने एक नवा शब्द तयार केला होता 'सामाजिक मूर्तिकार' कोण असतो– कसा असतो हा मूर्तिकार? स्वत: जोसेफने म्हटले होते, 'समाजातील प्रत्येक व्यक्ती आपल्या क्षमतांचा पूर्ण विकास घडवून आणत, एका कलात्मक पद्धतीने त्या क्षमतांना सांभाळून ठेवेल तेव्हाच ही समाजमूर्ती घडवणे शक्य होईल.' जोसेफ बोएज स्वतंत्र आंतरराष्ट्रीय विश्वविद्यालयाच्या संकल्पनेचे समर्थक होते. किरणनी तिहार कारागृहाचे रूप बदलून त्याचे रूपांतर आश्रमात करून असेच तर केले होते. एका अगदी अपारंपारिक पद्धतीने सृजनावर नजर ठेवून किरणनी कळत नकळत जोसेफ बोएजच्या या संकल्पनेला मूर्त स्वरूपच दिले होते. निराशावादाचे जणू पुतळेच झालेल्या लोकांच्या मनात किरणनी सृजनशीलता आणि आत्मसन्मानाची एक जाणीव जागृत केली होती. किरणचे मानवतेविषयीचे विचार बोएजच्या विचारप्रणालीशी बरेच जुळते आहेत. जोसेफ बोएज संस्थेचे असे म्हणणे आहे की, डॉ. किरण बेदी यांनी माणसामधील मूलद्रव्याला प्रोत्साहन देऊन विकसित करण्याचे कार्य तिहार कारागृहात केले आहे. या साहसी सुधारक स्त्रीच्या भावी कार्यामध्येही जोसेफ बोएजची विचारधारा सहाय्यक ठरेल असा विश्वासही संस्थेने व्यक्त केला आहे. फ्रँकफर्टमध्ये आयोजित केलेल्या एका समारंभामध्ये बोलताना जर्मन संसदेच्या अध्यक्ष रीता सुस्मथ यांनी, किरणनी मानवी मूल्यांच्या संरक्षणासाठी उचललेल्या पावलांची प्रशंसा केली होती. जरा विचार करा– १९९५ च्या मे महिन्यात किरणची बदली तिहार कारागृहातून दुसरीकडे करण्यात आली. किरणची तळमळ क्षणभर बाजूला ठेवली तरी संबंधितांना एखादा साधा प्रश्न विचारण्याचाही आपल्याला हक्क नाही का?

किरणच्या कारकीर्दीत तिहार जेलमध्ये दोनशेहून अधिक बिनसरकारी संस्था काम करत होत्या. आज तेथे फक्त महिला प्रतिरक्षक मंडळ, नवज्योती, नशामुक्ती या संस्थांचे काही कार्यकर्ते काम करत आहेत. आता तेथे घडणाऱ्या घटनांची माहिती आम्हाला फक्त वृत्तपत्रांच्याद्वारेच मिळू शकते.

११ नोव्हेंबरच्या 'पायोनियर' वृत्तपत्राच्या मते तिहारमध्ये सुधारणेचे कार्य फक्त दाखवण्यापुरतेच चालू आहे. खरी परिस्थिती काय आहे? आजकाल तिहारला वाईट प्रसिद्धीच अधिक मिळते आहे की, गोष्ट मात्र खरी. डी. आय. जी. सारंगी पुन्हा पुन्हा सांगत राहात आहेत की, अमुक एका पत्रकाराने जे काही लिहिले आहे ते खरी गोष्ट त्याच्या नीट लक्षात न आल्यामुळे लिहिले आहे. तो पत्रकार

अजून शिकत आहे.'

आपल्याला या समर्थनाशी काय करायचे आहे? चांगले बांधलेले सुंदर घर एका धक्क्याने जमीनदोस्त होऊन जाते तेव्हा जमीनही दुःखी होते.

'कोर्स, वर्क कोर्स' या जोसेफ बोएजनी लिहिलेल्या पुस्तकातील वैशिष्ट्यपूर्ण भाषेने व शैलीने स्वतःचे एक विशिष्ट स्थान निर्माण केले आहे. जाणीवपूर्वक विचार, चिंतन, मंथन यामुळे शैलीला स्वरूप येते.

किरण यांची लिहिण्या-बोलण्याची एक खास शैली आहे. जेव्हा त्या हेसेन येथील सहा कारागृहांना भेट देण्यासाठी गेल्या होत्या, तेव्हा त्यांनी तिहार कारागृहामध्ये सुधारणा घडवून आणण्यासाठी केलेल्या प्रयत्नांबद्दल तेथील कैद्यांना आणि अधिकाऱ्यांना माहिती दिली असणार हे उघड आहे. त्या तेथे एक ज्योत पेटवून आल्या आहेत. त्या प्रकाशामध्ये जे काही असेल ते चांगलेच असेल. वर्तमान आणि भविष्य दोन्हीही किरण बेदींचेच आहेत.

एखाद्याने दिवा लावण्याचा निश्चय केलाच असेल तर वारा जोराने वाहतो आहे हे एक निरर्थक कारणच ठरते, असे शहरियारचे मत आहे. ते पुढे म्हणतात–

> ***तोंडाने बोलणारे खूप लोक असतात.***
> ***बदल घडवून आणण्याचं काम– करून दाखवायचं असतं.***
> ***आमच्या शहरात कोण अनोळखी आला आहे हा?***
> ***स्वप्नांच्या सफरीवर रोजच जातो हा!***

आणि शेवटी निदा फाजली यांच्या दोन ओळी– किरण बेदींना अगदी तंतोतंत लागू पडतील अशा :

> ***वाटसरूचे रस्ते बदलत होते***
> ***नशिबात चालणे होते– चालत राहिले होते!***

सरोज वशिष्ठ

तिहार - माझे दुसरे घर

तिहार माझ्या दुसऱ्या घराच्या स्थानी जाऊन बसेल असे मला स्वत:लाही कधी वाटले नव्हते. काहींनी हलक्या आवाजात तर काहींनी उघडपणे एकच वाक्य उच्चारले होते– 'ही नियुक्ती नाही, शिक्षा आहे.'

ही माझी पहिली बदली नव्हती हे तर सर्वांनाच ठाऊक होते. परंतु माझ्या अशा वारंवार बदल्या होण्यामागील दोन महत्त्वाची कारणे फार थोड्या लोकांना माहीत आहेत. पहिले कारण आहे सरकारी धोरण निश्चित नसणे आणि दुसरे कारण आहे राजनीतिक दबाव. बदल्या आणि नेमणुका यांच्यामागे असलेल्या राजनैतिक कारणांमध्ये केंद्राचे स्वत:चे हितही सामील असतेच. अशा वेळी व्यावसायिक वर्तनाला बाधा येते. आता तर हे प्रकरण राष्ट्रीय पातळीवरचे होऊन बसले आहे. यावर वेळीच नियंत्रण आणले गेले नाही तर साऱ्या देशाचा सत्यानाश होईल. या समस्येचा पूर्ण अभ्यास करून ती देशापुढे मांडणे हे प्रचार-प्रसार माध्यमांचे सर्वांत महत्त्वाचे कर्तव्य आहे असे माझे मत आहे.

बदल्या करण्यावर असणारे राजकीय नियंत्रण आणि त्यामध्ये केला जाणारा हस्तक्षेप यावर प्रतिबंध आणण्यासाठी एका सुरक्षा आयोगाची स्थापना केली जावी असे माझे मत आहे. या आयोगाचे सदस्य वरिष्ठ पोलिस अधिकारी असावेत. याच वरिष्ठ अधिकाऱ्यांना बदल्या करण्याचे सर्व हक्क दिले जावेत. ए. एन. मुल्ला आयोगाने केलेल्या या संबंधातील शिफारसी लागू करण्यात आल्या नाहीत, ही एक दु:खाची गोष्ट आहे. जर सरकारने निश्चित आणि कडक धोरण आखले नाही तर फक्त इतर महिला पोलिस कर्मचाऱ्यांनाच नव्हे तर इतरांनाही माझ्यासारख्याच आपत्तीला तोंड द्यावे लागेल.

काही म्हटले तरी, मी जेव्हा तिहार जेलमध्ये पोचले तेव्हा तेथे समस्यांखेरीज दुसरे काहीही नव्हते. माझ्या आधी तेथे काम करणाऱ्या अधिकाऱ्यांनी माझ्यासाठी एक मृतप्राय संस्था मागे ठेवली होती. माणसाशी संबंधित असलेली कोणतीही

संस्था अशी साचून, तुंबून राहाण्याच्या सीमेपर्यंत जाऊन पोचते, तेव्हा तिचा ऱ्हास होण्याला सुरुवात झालेली असते. त्यांनी सर्व कायद्यांना नजरेआड करून एक स्वतःची अन्यायकारक पद्धती अंगीकारली होती. याचे सर्वात स्पष्ट उदाहरण मी देऊ इच्छिते– ते म्हणजे कर्मचारी कल्याणाकडे केले गेलेले अक्षम्य दुर्लक्ष. श्रेणीव्यवस्थेच्या संदर्भामध्येही कसलाही विचार केला गेलेला नव्हता. कर्मचाऱ्यांच्या कामाच्या पुनर्मूल्यमापनाकडे एवढे दुर्लक्ष करण्यात आलेले आहे की, एक दिवस असा उजाडेल की, बहुसंख्य कर्मचारी एकाच दिवशी निवृत्त झालेले आढळतील. हे अधोगतीचेच चिन्ह नाही काय?

अशा रीतीने कमजोर होत जाणाऱ्या, सडू लागलेल्या संस्कृतीमध्ये आपण कर्मचाऱ्यांकडून ही अपेक्षा करू शकतो काय– त्यांनी एखाद्या कारागृहामध्ये खळबळ उडवून देऊ शकणारे सकारात्मक असे वातावरण निर्माण करावे? त्यांच्यासाठी कोणतेही प्रशिक्षण केंद्रही नाही.

ज्या कारागृहामध्ये दररोज शेकडो कैदी आत येतात आणि तेवढेच मुक्त होतात त्या कारागृहामध्ये डिसेंबर १९९३ पर्यंत संगणक सुद्धा नव्हता. आणि जेव्हा आला तेव्हाही सरकारकडून नव्हे, तर रोटरी या स्वयंसेवी संस्थेने भेट दिला म्हणून आला. ज्या कामाला चार चार तास लागत तेच काम आता चार मिनिटांमध्ये पुरे होऊ लागले.

ज्यावेळी मी तिहार कारागृहातील माझ्या पदाची सूत्रे स्वीकारली, त्यावेळी प्रचार-प्रसार माध्यमांनी माझ्या कामाला 'सुधारणा' असे नाव दिले. मी तर फक्त या परिसरातील वातावरण बदलणारे निर्णय घेतले होते. कारागृहातील एक दिवस कसा घालवला गेला पाहिजे? सर्वात प्रथम मी तिहारमधील रहिवाशांना एक गोष्ट स्पष्टपणे सांगितली की, त्यांच्या चारही बाजूंना असलेल्या उंच मजबूत भिंती काही मी मोडून काढू शकणार नाही परंतु त्यांच्या समस्या, त्यांच्या अडचणी जर मला सांगण्यात आल्या तर मी त्या सोडवण्याचा प्रयत्न नक्कीच करू शकेन.

ध्यान, पूजापाठ, साक्षरता कार्यक्रम किंवा पंचायत स्थापन करणे या गोष्टी करून, मी सर्व कैद्यांची मने शांत करून टाकली आहेत असे मी निश्चितच म्हणू शकत नाही. परंतु तुरुंगातील कैदी आणि कर्मचारी यांच्यामध्ये फार काळ अस्तित्वात असलेला तणाव, वैरभाव नाहीसा झाला, बघता बघता व्यसने, दुराचार आणि भ्रष्टाचार यांनी ग्रासलेले तिहार कारागृह एक आश्रम, एक सुधारगृह, एक अद्वितीय संस्था होऊन गेले हे मात्र मी नक्कीच म्हणू शकते.

पहारेकरी, पोलिस आणि कैदी यांच्यामध्ये असलेली द्वेषभावना नष्ट करण्यासाठी मी कारागृहाच्या आत नेमल्या गेलेल्या सर्व कर्मचाऱ्यांची शस्त्रे काढून घेतली. भारतीय दंडविधानाप्रमाणे आरोपी कैद्यांच्या देखरेखीसाठी फक्त दोन पोलिस

ठेवण्याची परवानगी असते. त्यांना कैद्यांना स्पर्श करण्याचीही परवानगी नसते. टाडा किंवा इतर काही धोकादायक आरोपांखाली कैद करण्यात आलेल्या आरोपींखेरीज इतर कोणत्याही कैद्याला बेड्या किंवा हातकड्या घालता येत नाहीत. कोणत्याही प्रकारच्या अन्यायाची बातमी माझ्यापर्यंत पोचावी यासाठी मी तक्रार आणि विनंती पेट्यांची पद्धत सुरू केली.

एक किलोमीटर अधिक चालावे लागणार असेल तेथे मी अनेक किलोमीटर चालण्यास तयार असते. माझ्या हाताखालचे अधिकारी फक्त आपले दैनंदिन काम पार पाडून स्वस्थ बसत ही अगदी खरी गोष्ट आहे. परंतु माझे ध्येय होते अपराध्यांना सुधारणे. माझ्या दृष्टीने वेळ ही सर्वात महत्त्वाची गोष्ट आहे. समस्या काय आहे हे एकदा नीट कळले की, ती सोडवण्याचा उपायही आपोआपच सुचतो. यानंतर मी कामाला सुरुवात करते आणि मग काम इतके झपाट्याने होऊ लागते की, सगळी प्रक्रिया माझ्या डोळ्यासमोर स्पष्ट उभी राहते.

कोणत्याही तुरुंगाचे व्यवस्थापन किंवा निरीक्षण करण्यासाठी प्रत्यक्ष तपासणी, पारदर्शित्व आणि प्रवेश ही फार महत्त्वाची तत्त्वे आहेत. याच कारणामुळे मी माझ्या कचेरीची दारे नेहमी उघडी ठेवली आहेत. अगदी बालपणापासूनच मी दीनदुबळ्यांच्या दुःखाबद्दल अतिशय संवेदनाशील होते. खूप वेळा गरीब लोक माझ्या वडिलांकडे मदत मागण्यास येत असत. त्याच वेळी मी ठरवून टाकले होते की, आपण पोलिस अधिकारी व्हायचे.

मला मॅगसेसे पुरस्कार मिळाला आणि त्यानंतर थोड्याच दिवसांत नेहरू अभ्यासवृत्ती मिळाली तेव्हा मला अर्थातच खूप आनंद वाटला. तिहार कारागृहामध्ये मी जे काही काम केले होते त्याला एक भरीव आणि अभ्यासपूर्ण प्रबंधाचे रूप देण्याची ही संधी मला मिळाली होती. माझ्या तुरुंगातील अनुभवांबरोबरच हा प्रबंध हेही माझे एक मोठे योगदान ठरणार आहे.

या अभ्यासवृत्तीचा विषयच 'तिहार कारागृहातील सुधारणा' हा होता. देशविदेशातील तुरुंगांना भेट देऊन तेथील कार्यप्रणालीचा अभ्यास करून मगच मला हा माझा शोध निबंध लिहावयाचा होता. हा विषय मला मानसिक आणि व्यावसायिक दोन्ही स्तरांवर अतिशय जिव्हाळ्याचा होता. माझ्या संशोधनाचे शीर्षक आहे, 'भारतातील तुरुंग सुधारणा– विशेषतः तिहारच्या संदर्भात' हे संशोधन मला तीन वर्षांमध्ये पूर्ण करावयाचे होते. माझ्याजवळ वेळ होता दोन वर्षांचा १९९४-९५ आणि १९९६-९७. मिजोराममध्ये असताना मी माझे कर्तव्य पार पाडीत असतानाच आपले संशोधनही पूर्ण केले होते. इतर अनेक विभागांप्रमाणेच या विभागामध्येही अजून खूप करण्यासारखे शिल्लक आहे. आपल्याकडे तुरुंगांचे व्यवस्थापन एका निश्चित– ठाम अशा पद्धतीने केले जात

नाही. सर्वात प्रथम आपल्याला कारागृहासंबंधीचे अधिनियमच पुन्हा एकदा तयार करणे जरुरीचे आहे. इंग्रज राज्यकर्त्यांनी तयार केलेले नियमच अजूनपर्यंत चालू आहेत. आपल्याला आपल्या तुरुंग नियमावलीमध्ये सुधारणा करणे आवश्यक आहे. हे बदल करताना सुधारणात्मक बाबींकडे अधिक लक्ष पुरवले जाणे जरुरीचे आहे. सुरक्षा सांभाळणे एवढेच काम आपल्याला करावयाचे नसून त्याची रचनाही एका विशेष पद्धतीने करावयाची आहे. या रचनेमुळे उत्कृष्ट परिणामांचे ध्येय डोळ्यांसमोर ठेवून आधुनिक जगातील नव्या गरजांचा विचार करून मग परिवर्तन घडवून आणता येईल.

परदेशातील कित्येक तुरुंग तांत्रिक स्तरावर खूपच आधुनिक आहेत, त्यांचे कारखाने, शिक्षणपद्धती, अनेक प्रकारच्या आधार व्यवस्था आपल्याहून अधिक विकसित आणि आधुनिक आहेत हे खरे असले तरी भारतातील कारागृहांमध्ये सकारात्मक कामे केली गेलीच नाहीत असे म्हणता येणार नाही. उद्योगाच्या क्षेत्रामध्ये भारतातील तुरुंग खूपच सक्रिय आहे. तिहारसह आमचे अनेक तुरुंग बरेच मागासलेले आहेत.

मी मागासलेपणाबद्दल बोलते तेव्हा मला फक्त आर्थिक बाबींबद्दल बोलायचे नसते. तिहार कारागृहामध्ये– निदान माझ्या कारकीर्दीत आम्ही मानवसंसाधन क्षेत्रामध्ये पुष्कळ प्रगती केली होती. जेथे योग, ध्यान, आध्यात्मिक शिक्षण, दीक्षा, कथा-नाटक आणि काव्यवाचन यासारखे अनेक कार्यक्रम सुरू केले गेले असा तिहार हा भारतातील पहिला तुरुंग आहे.

गोष्ट नोव्हेंबर १९९४ ची आहे. आपली तुरुंगाची पद्धत विफल ठरली आहे हे आम्हाला जाणवले. अटक केल्या गेलेल्या व्यक्तींचे खटले इतक्या दीर्घकाळपर्यंत विचाराधीन राहतात की, या बाबतीत काही पावले तात्काळ उचलली जाणे फार आवश्यक आहे. अखेरीस कैदी हा काही एकटा माणूस नसतो. त्याचे एक कुटुंब असते. त्या अपराध्याने कदाचित एखादा गुन्हा केलाही असेल परंतु त्याचे सारे कुटुंब अपराधी आहे असा याचा अर्थ नक्कीच होत नाही हे आपण कधीही विसरता कामा नये. क्षणभर विचार करा– एखादा माणूस अगदी निरपराध आहे आणि तरीही तुरुंगात खितपत पडला आहे. अशा स्थितीमध्ये त्याच्या कुटुंबाची काय स्थिती होत असेल? खटल्यांची सुनावणी आणि निकाल हे एका निश्चित वेळामध्ये झालेच पाहिजे एवढे तरी आपण नक्कीच करू शकतो. जे लोक व्यवस्थापन करतात त्यांनी फक्त समस्यांची चर्चाच करून चालणार नाही तर त्यांचे उपायही शोधून काढले गेले पाहिजेत. एकदा या धोरणांना निश्चित आकार दिला गेला किंवा या कार्यक्रमांना संस्थेचे स्वरूप दिले गेले तर सुधारणा कार्यक्रम ही एक सवयच होऊन जाईल. तुरुंग प्रशासनाने तुरुंग विकास कार्यक्रमांसाठी

शासनाकडून आर्थिक मदत मिळेल, याची वाट पहाता कामा नये. त्यांनी समाजातील व्यक्ती आणि संघटना यांच्याकडे मदत मागावी. ही मदत भरपूर प्रमाणामध्ये मिळू शकते. आम्हा अधिकाऱ्यांच्या बाबतीत बोलायचे तर आम्ही कैद्यांबरोबर अधिक वेळ घालवला पाहिजे तरच त्यांना स्वत्वाची जाणीव होऊ शकेल.

१९७२ मध्ये पहिली महिला पोलिस अधिकारी बनून मी एक मैलाचा दगड रोवला. लॉन टेनिसमध्ये मी संपूर्ण आशियामध्ये विजेती ठरले. १९७८ मध्ये मला राष्ट्रपतींचा 'वीरता पुरस्कार' मिळाला. १९८२ मध्ये एशियाडच्या वेळी रहदारीचे उत्तम नियंत्रण केल्याबद्दल माझी खूपच स्तुती केली गेली. दहा वर्षांपूर्वी मी 'नवज्योती' या नशामुक्ती केंद्राची स्थापन केली– आणखीही खूप काही माझ्या आयुष्यात घडले– काही चांगले काही वाईट. लोकांनी मला अनेक नावे देऊन गौरविले आहे– क्रेन बेदी पासून सुधार बेदीपर्यंत आणि अखेरीस विवाद बेदी! आजही ते माझ्यासाठी एखादे नवे नाव नक्कीच शोधत असतील.

दिल्लीचेच लेफ्टनंट गव्हर्नर तेजिंदर खन्ना यांची खासगी सचिव म्हणून माझी नेमणूक करण्यात आली आहे. आता कदाचित लोक मला अंमलबजावणी बेदी म्हणू लागतील. पण मी एकटी कोण आहे? कोणीही नाही. माझ्या पाठीशी एक फार मोठी फौज उभी आहे. ही फौज मला पहिल्याच वेळी मिळालेली नाही. मी या फौजेची कायमची आभारी राहीन. 'मी' मधून 'आपण' बनलो की, घडून येणारे परिणाम अभूतपूर्व असतात.

तिहारमधील माझ्या कारकीर्दीमध्ये तेथे जे बदल घडून आले, ज्या सुधारणा झाल्या त्यांचा परिणाम म्हणून एका विशेष प्रकारची चिंता निर्माण झाली. म्हणूनच तर १९९६ च्या सप्टेंबरमध्ये तुरुंग सुधारणांसंबंधीच्या विधेयकाच्या मसुद्यामध्ये तुरुंगव्यवस्थेला राष्ट्रीय पातळीवरील एक विकसित स्वरूप देण्यासाठी विस्तृत उपाय सुचवण्यात आले. अर्थातच या प्रस्तावाला राज्य विधानसभांची मान्यता मिळणे आवश्यक आहे. देशातील तुरुंग प्रशासनामध्ये आणि कैद्यांच्या देखभालीमध्ये सुधारणा घडवून आणणे हे या नव्या विधेयकाचे उद्दिष्ट राहील ही गोष्ट राष्ट्रीय मानवाधिकार आयोगाने मान्य केली आहे. या सर्व घटनांमुळे एक फार महत्त्वाचा निर्णय घेतला गेला आहे. एखाद्या व्यक्तीने कोणताही अपराध केलेला नसताना केवळ ती व्यक्ती मनोरुग्ण आहे म्हणून तुरुंगात आणली गेली असेल तर त्या व्यक्तीला कैदेत ठेवता येणार नाही. असा हा निर्णय आहे. हे असे घडते याचे कारण अनेक शहरांमध्ये मानसिक रुग्णांवर उपचार करण्याची सोयच नसते. आपल्या आईने गुन्हा केला म्हणून तिच्याबरोबर एखाद्या कारागृहामध्ये आलेली दहा मुले असली तरी त्यांच्यासाठी पाळणाघर सुरू केले गेले पाहिजे. परंतु फक्त कायदे बनवून गुन्ह्यांना आळा बसणार नाही तर यासाठी लोकांच्या मनोवृत्तीमध्ये

बदल घडवून आणणे जरुरीचे आहे. या कामामध्ये जैन शिक्षणपद्धती फार उपयोगी ठरू शकेल. आज आपल्या राजकीय नेत्यांनाच प्रामाणिकपणा आणि नि:पक्षपातीपणा यांचे शिक्षण देण्याची जरुरी आहे असे माझे मत आहे.

आम्ही तिहार जेलमध्ये जे काही केले त्याला लोक क्रांतिकारक परिवर्तन मानू लागले आहेत. माझ्यापुरते बोलायचे तर मी फक्त आशावादी आहे आणि माझी आशा चांगली शक्तिशाली आहे. जर मीच समस्यांचे उपाय शोधून काढू शकत नसेन तर मी स्वत:च एक समस्या बनून जाईन. इतर कोणत्याही भारतीय स्त्रीप्रमाणे मीही सर्वप्रथम एक माता आहे– बाकी सर्व त्यानंतर! मला मुले फार आवडतात.

परंतु येथे मी दुसऱ्याच मुलांविषयी बोलते आहे. समाज आणि शासन या दोघांनीही आपली जबाबदारी न ओळखल्यामुळे जी मुले या गुन्हेगारी जगामध्ये अडकून पडतात त्यांच्याविषयी मी बोलते आहे. त्यांना चांगले नागरिक बनवण्याचे काम कोणी स्वीकारायचे? गुन्ह्यांची वाढ होण्यामध्ये अमली पदार्थांचा फार मोठा सहभाग असतो. गुन्हे संपूर्णपणे थांबवता येणार नाहीत परंतु त्यांना आळा निश्चितच घालता येईल– अट एवढीच की, सरकार आणि समाज दोघांनीही आपापले कर्तव्य सकारात्मक विचाराने पार पाडावे.

अमेरिकेच्या अध्यक्षांनी आता शाळांच्याबाहेर पोलिस तैनात केले आहेत. मी ही गोष्ट १९८० मध्ये केली आणि याचे चांगले फळ आपल्याला मिळाले आहे. तिहारमधील ९,७०० कैद्यांपैकी ९,५०० कैदी पुरुष होते आणि त्यांच्यापैकी बहुसंख्य कैद्यांना अमली पदार्थांचे व्यसन होते. या कारागृहाचे रूप पालटून त्याला एका आश्रमाचे रूप देण्यामध्ये मला याच पुरुषांनी मदत केली होती. भारतीय पुरुष सामान्यत: स्त्रीचा मान राखतात या माझ्या मताशी तुम्हीही सहमत व्हाल. या विशिष्ट संस्कृतीमुळे मी त्यांचे मन जिंकू शकले. आपल्याकडे गरीबी आहे तसे विलासी महालही आहेत परंतु आपले बलस्थान आहे, आपल्या मनातील अनुकंपा आणि प्रेमभावना. या देशानेच साऱ्या विश्वाला सर्वप्रथम बीजगणित, रेखागणित, खगोलशास्त्र आणि इतर अनेक कला आणि वैज्ञानिक माहिती दिली आहे. महात्मा गांधींनी ज्ञान आणि संस्कृतीला परस्परांमध्ये समान वाटणी करून घेण्याची संकल्पना आपल्याला दिली. आपण तसे केले नाही तर त्यांचा तो विश्वासघात ठरेल.

जेथे शंभर टक्के साक्षरतेचे ध्येय सफल झालेले आहे असा तिहार हा जगातील एकमेव तुरुंग आहे हे सर्वांना ठाऊकच आहे. या कामामध्ये तीनशे गैरसरकारी संघटना, व्यक्ती, शैक्षणिक संस्था आणि इंदिरा गांधी मुक्त विद्यापीठ इतक्या जणांचा हातभार लागलेला आहे. परंतु यातही महत्त्वाची बाब अशी आहे

की, प्रत्येक व्यक्ती सुधारल्यानंतर, तुरुंगातून सुटका झाल्यानंतर सन्मानाने जगू इच्छिते. ही संधी जेव्हा त्या व्यक्तीला मिळेल तेव्हाच हे काम खरेखुरे पूर्ण झाले असे मानता येईल.

जेलसुधार विधेयक संसदेच्या चालू अधिवेशनामध्ये मांडले जाण्याची शक्यता आहे. १९८०-८३ च्या दरम्यान आनंद नारायण मुल्ला आयोगाने केलेल्या शिफारसी अजूनही लागू करण्यात आलेल्या नाहीत. १७ वर्षे उलटून गेली आहेत परंतु राष्ट्रीय पोलिस आयोगाच्या शिफारसी अंमलात आणल्या गेलेल्या नाहीत. या सर्व सुधारणा राजकीय नेत्यांच्या स्वार्थाच्या आड येतात म्हणून जाणूनबुजूनच हे घडवून आणले जाते. पोलिस कर्मचाऱ्यांना फक्त आपले स्वत:चे काम करू दिले गेले तरीही अनेक सामाजिक दोष आपोआप दूर होतील. राष्ट्रीय मानव अधिकार आयोगाने मानव अधिकार आणि नागरिक स्वातंत्र्याचे रक्षण करण्यासाठी १९९५-९६ च्या आपल्या वार्षिक अहवालामध्ये फार आग्रहाने काही शिफारशी केल्या. पोलिसांची जनमानसातील प्रतिमा आणि प्रतिष्ठा पुन्हा प्रस्थापित करण्यासाठी, या सुधारणा लागू करणे आवश्यक आहे असे या अहवालात म्हटले आहे. हा अहवाल संसदेमध्ये १० सप्टेंबर १९९६ या दिवशी सादर करण्यात आला. याचे पुढे काय झाले यावर आता तुम्हीच नजर ठेवा.

८ जानेवारी १९९७ ला सर्वोच्च न्यायालयाने तुरुंगाधिकाऱ्यांना आदेश दिला की, सहा महिन्यांच्या आत देशभरातील सर्व कारागृहांचे स्वरूप सुधारगृहामध्ये परिवर्तित झाले पाहिजे– त्यात क्षमतेपेक्षा अधिक कैदी असता कामा नयेत, कैद्यांबरोबर दुर्वर्तन केले जाऊ नये. त्यांना मारहाण केली जाऊ नये आणि त्यांच्या आरोग्याकडे संपूर्ण लक्ष दिले जावे. २ जानेवारी १९९७ ला तिहार तुरुंगामध्ये एका कैद्याने समलिंगी संभोगासंबंधात दुसऱ्या एका कैद्यावर हल्ला चढवला आणि त्याचे लिंग कापून खाल्ले.

तिहार तुरुंगामध्ये माझ्या कारकीर्दीत समलिंगी संभोगासंबंधी केवढे मोठे वादळ उठवण्यात आले होते हे सर्वांना ठाऊक आहे. ते सर्व पुन्हा सांगण्यात काही अर्थ नाही. परंतु मला एवढे मात्र निश्चित म्हणावेसे वाटले की, कारागृह व्यवस्थापनामध्ये दुर्वर्तनाला एक वेगळेच महत्त्व असते. तुरुंगाच्या आत अनेक विभिन्न वृत्तींचे लोक एकत्र आलेले असतात. त्यामुळेच अशा असामान्य घटना घडून येतात. कैद्यांना सतत कामामध्ये गुंतवून ठेवणे फार फायद्याचे ठरते असे माझे मत आहे. आणि ही गोष्ट सिद्धही झालेली आहे. दिवसातून दोन वेळा कैद्यांना बंद करताना हजेरी घेतली जाते. तशी हजेरी क्षणाक्षणाला घेतली जाणे आवश्यक आहे. स्वत:च्या भावना व्यक्त करण्याचा, वेळ घालवण्याचा एक मार्ग

म्हणजे कामभावना. ही भावना अनैसर्गिक रीत्या व्यक्त करणाऱ्या वर्तनाला जबाबदार असते एक साचलेली तुंबलेली व्यवस्था. ही व्यवस्था बदलून टाकणे ही आपली आजची गरज आहे.

गेल्या तीन वर्षांमध्ये मी बऱ्याच तुरुंगांना भेट दिली आहे. परंतु रांची कारागृहातील परिस्थिती इतकी वाईट आणि बीभत्स स्थिती मी दुसऱ्या कोणत्याही ठिकाणी पाहिली नाही. खरे पाहता, तुरुंगांची बदनामी होण्याचा विचार केला तर ही बदनामी पोलिस विभागातील काही कर्मचाऱ्यांच्या वर्तनामुळेच होत आहे असे दिसून येते. हे कर्मचारी काही कारणाने अगतिक होऊन किंवा लोभीपणाने असे वर्तन करून स्वत:च्या विभागाचे नाव कलंकित करत असतात. कारागृहांच्या देखरेखीचे काम माझ्यावर सोपवण्यात आले तेव्हा सुरुवातीला अनेकांनी माझा उत्साह भंग करण्याचे खूप प्रयत्न केले. परंतु मी हे काम आव्हानाच्या रूपानेच स्वीकारले होते आणि कोणत्याही परिस्थितीत ते पार पाडायचे असे ठरवले होते. काही राजकारणी लोकांना माझी काम करण्याची पद्धत पसंत नव्हती, त्यांनाही माझी ही नेमणूक आवडली नव्हती हे ऐकून मला आश्चर्यच वाटले होते. परंतु माझ्या विभागातील वरिष्ठ अधिकाऱ्यांनी मात्र मला फार चांगले सहकार्य दिले.

आय. जी. (जेल) या पदावर नेमणूक झाल्यानंतर सर्वात प्रथम मला वृत्तपत्रांमध्ये आणि अनेक चर्चांमध्ये उल्लेखिल्या जाणाऱ्या तिहार जेलसंबंधीच्या बातम्यांची शहानिशा करून घ्यावयाची होती. कारण माझे सहकारी अधिकारीही मला पुन:पुन्हा सांगत होते, 'किरण, सांभाळून.' तिहार जेलमधील कर्मचाऱ्यांना भेटल्यानंतरही मला हेच जाणवले की, या लोकांना फारसा अनुभव नाही. शिवाय कैद्यांबद्दल यांच्या मनात घृणा आहे.

जेल व्यवस्थापनावर देखरेख करण्याचे काम हे माझ्यासमोरचे खरोखरच फार मोठे आव्हान होते. जबाबदारीची एक नवीन जाणीव होत होती. परंतु जेव्हा सर्व कैद्यांची माहिती जाणून घेऊन मी त्यांच्याशी एकटीने चर्चा केली तेव्हा मात्र त्यांच्या मानसिक स्थितीची कल्पना आल्याने माझ्या मनात एक नवी आशा उपजली. कित्येक कैद्यांनी 'क्रेन बेदी' किंवा 'शेरनी' अशा टोपणनावाने माझा उल्लेख करण्यास सुरुवात केली होती. परंतु मीही ही गोष्ट हलक्या फुलक्या रीतीनेच स्वीकारली कारण तोपर्यंत कैदी फारच भेदरलेले होते. माझ्याशी मोकळेपणाने बोलायलाही ते बिचकत असत. अगदी सुरुवातीची गोष्ट आहे. मध्यप्रदेशातील चार कैदी एका बराकीमध्ये ठेवलेले होते. ते चौघेही एकमेकांचे फार जिगरी दोस्त आहेत असे बोलले जात असे. परंतु एका रात्री त्यांचे काहीतरी कारणावरून आपापसात भांडण झाले आणि त्यात एक कैदी मारला गेला. या घटनेमुळे तुरुंगातील वातावरण एकदम तापले. आणि याच घटनेमुळे मानसिक स्तरावर

कैद्यांसाठी काहीतरी करणे आवश्यक आहे याची मला जाणीव झाली.

याच वेळी माझी भेट एका कैद्याशी झाली. त्याने आपल्या स्वत:च्या पत्नीची हत्या केली होती परंतु त्या आधी तो एक प्रसिद्ध समाजसेवक म्हणून मान्यता पावलेला होता. त्याने कित्येक वेळा माझ्याकडे मृत्युदंडाची याचना केली होती. परंतु त्याची स्थिती पाहून मी मनाशी ठरवून टाकले की, अशा कैद्यांना पूर्वीसारखे स्वच्छ वातावरण उपलब्ध करून देऊन स्वत:च्या पूर्वायुष्यात पुन्हा एकदा घेऊन येण्याचा प्रयत्न करायचा.

कागदोपत्री कैद्यांचे वर्तन उत्तम असल्याचे दाखवून त्यांची उरलेली शिक्षा माफ करवून घेण्यासाठी कनिष्ठ अधिकाऱ्यांवर दबाव आणणे ही तर नेहमीचीच बाब आहे. परंतु आजच्या परिस्थितीमध्ये तुरुंगांच्या कार्यक्षमतेवर शंका घेणेही अशक्य आहे. कारण कैद्याने नीटपणे आपली शिक्षा भोगून निघून जावे हे आमचे ध्येय नाही आहे. आम्ही महत्त्व देत आहोत ते या गोष्टीला की, एकदा अपराध करून मग तुरुंगामध्ये येऊन पोचलेल्या व्यक्तीशी असे वर्तन केले जावे की, त्याला गुन्ह्याच्या कल्पनेचीही घृणा वाटावी आणि तो समाजाचा एक चांगला सदस्य बनून इतरांनाही प्रेरणा देणारा व्हावा.

या बाबतीत जेलविभाग अतिशय सुदैवी ठरला आहे असे मला वाटते कारण आम्हाला अनेक समाजसुधारकांनी आणि महिला संस्थांनी खूप मोठे सहकार्य केले आहे. या सहकार्यामुळेच आम्हाला कैद्याची मानसिक परिस्थिती समजावून घेणे शक्य झाले. शिवाय यामुळे देशातील इतर कारागृहांच्या अधिकाऱ्यांनाही मार्गदर्शन झाले आणि हेही जाणवले की, कैद्यांनाही सहानुभूती हवी असते, प्रेम हवे असते.

माझा स्वत:चा अनुभव आहे की, बहुसंख्य लोक पोलिस चांगले असतील असे समजून कधीच स्वीकारत नाहीत. तर जबरदस्तीने मान्य करावी लागलेली एक वाईट गोष्ट म्हणूनच स्वीकारतात. परंतु ही भावना नष्ट करण्यासाठी अधिकारी, कैदी आणि समाजसेवी संस्था यांच्या सहकार्याने होणाऱ्या गोष्टींची सुरुवात करण्यात आली. या प्रयोगाचे परिणाम चांगले झाले. उदाहरणार्थ, कैद्याचे शिक्षण, खेळ, पूजाअर्चा या गोष्टींनी कैद्यांची दिनचर्या सुरू होऊ लागली. अशिक्षित कैदी लिहा-वाचायला शिकू लागले आहेत. जेलमधील कारखान्यांमध्ये कैदी आपल्याला अवगत असलेल्या हस्तकौशल्यांना अधिक झिलई चढवू लागले आहेत आणि पैसे कमवून जेलमधील बँकेमध्ये जमाही करू लागले आहेत.

एका मताशी मी नेहमीच सहमत होत आले आहे. अपराध्यांना शिक्षा देण्याऐवजी त्यांना मानसिकदृष्ट्या बलवान, निश्चयी बनवून निर्मितीक्षम होण्याच्या हेतूने मार्गदर्शन केले गेले पाहिजे. या मार्गदर्शनाचा प्रमुख हेतू त्यांना मानवी

भावनांची पुन्हा ओळख पटवून देणे हा असला पाहिजे. कैदी किंवा अपराध्यांशी माणुसकीचे वर्तन केले गेले पाहिजे. अपराध्यांमध्ये मानसिक परिवर्तन घडवून आणण्यासाठी, समाजाबद्दल असणाऱ्या त्यांच्या कर्तव्याची त्यांना जाणीव करून देण्यासाठी आणि स्वत:च्या पूर्वायुष्याचा त्यांना विसर पडावा यासाठी तुरुंगांमध्येच योग, खेळ, लहान मोठी कामे, किंवा कपडे शिवण्यासारखे व्यवसाय शिकवण्यात आले. याचा परिणाम उत्साहवर्धक होता शिवाय तुरुंगातील वातावरणही बदलून गेले.

इतक्या वेगवेगळ्या क्षेत्रांमधील विषयांमधील लोक आपणहून तिहारमध्ये मदत करण्यासाठी आले, असे भारतामध्ये पहिल्या प्रथमच घडले आहे हे मी आधी सांगितले आहे. या सर्व लोकांपैकी फक्त एक व्यक्ती सोडून बाकी कुणीही पैसे मिळवण्याच्या हेतूने तिहारमध्ये आला नव्हता. यांच्यापैकी कुणाला नाव कीर्ती मिळवण्याची ही इच्छा नव्हती. ते येत असत एका विलक्षण समर्पणामध्ये गुंतून, परंतु देण्याच्या भावनेने. याचा एक सहजासहजी घडून आलेला परिणाम म्हणजे १९९४ मध्ये आमच्या हातून तयार झालेली एक पुस्तिका. साईड बाय साईड. या पुस्तिकेचा विषय होता कैद्यांचे समाजात पुनर्वसन करणे. हे काम तुरुंग प्रशासनाचे आहे. परंतु यामध्ये गैरसरकारी संस्थांचा अभूतपूर्व असा सहभाग आहे. येथूनच परिवर्तनाचे स्वर उमटण्यास प्रारंभ झाला. या पुस्तिकेचे स्वरूप मूल्यमापनात्मक आहे. द फॅमिलीचे सोनिया कुमार पिल्ले, रोहित कुमार, सरोज वशिष्ठ आणि जेल मुख्य कचेरीतील कुमारी सुनीता यांनी एकत्र येऊन अतिशय झपाट्याने ही पुस्तिका तयार केली. बिल क्लिंटन यांच्या समवेत सकाळच्या नाश्त्याच्या बैठकीला मी ही पुस्तिका घेऊन गेले होते.

बऱ्याचशा सुधारणांच्या संदर्भामध्ये जवळजवळ रोजच वृत्तपत्रे व मासिके यामध्ये छापून येत असे. येथे मी ज्या कार्यक्रमांची माहिती लोकांपर्यंत पोचलीच नाही अशा काही कार्यक्रमांबद्दल सांगणार आहे.

साईड-बाय-साईडच्या प्रारंभीच एक कविता उद्धृत करण्यात आली आहे– तिचा भावार्थ असा– हा दिवस मावळण्याआधी माझ्या जीवनाने डझनभर जीवनांना स्पर्श केला असेल. सूर्यास्तापर्यंत या जीवनांवर मी चांगल्या किंवा वाईट खुणा केलेल्या असतील. म्हणून हे परमेश्वरा, माझी एवढीच प्रार्थना आहे की, जो कोणी माझ्या मार्गात मला भेटेल त्याला मदत करण्याची मला शक्ती दे.

सर्वात प्रथम माझ्याकडे ब्रह्मकुमारी आल्या. त्यांनी तिहार जेल क्रमांक एक आणि तीन मध्ये प्रथम आणि नंतर क्र. दोनमध्ये प्रवचने आयोजित केली. ही प्रवचने शुद्धता, प्रसन्नता आणि शांती या विषयांवर होती. याखेरीज रक्षाबंधनाच्या दिवशी चारही तुरुंगांमधील कैद्यांनी एका शपथपत्रावर सह्या करून शपथ घेतली

होती की, 'ते पापाच्या जगाचा त्याग करून एक प्रामाणिक इमानदार सदाचारी आयुष्य जगतील.' नशामुक्ती आणि साक्षरता दिनही साजरे केले गेले. याचा परिणाम म्हणजे कैद्यांना तणाव आणि व्यसनातून मुक्ती तर मिळालीच परंतु त्याचबरोबर त्यांना आत्मपरीक्षण करण्याची एक संधी मिळाली, आयुष्यात काही तरी चांगले करण्याची, चांगला विचार करण्याची संधी मिळाली. आणखी एक संस्था मदत करत होती– लेमेन्स इवांजेलिकल फेलोशिप. चारही तुरुंगांमध्ये बायबलचे पठण करूनच हे लोक थांबले नाहीत तर कैद्यांबरोबर मिळून मिसळून त्यांनी कैद्यांची दुःखे ऐकली, त्यांच्या मनातील कुविचारांना, सूडाच्या भावनेला, आत्मघाताच्या विचारांना नियंत्रणाखाली आणण्यास त्यांना मदत केली. त्यांनी ३०० महिला कैद्यांना ३०० मफलर आणि माकडटोप्या दिल्या तो एक विलक्षण असा सभारंभच ठरला.

विद्याज्योति नावाची एक संस्था कैद्यांना आध्यात्मिक मार्गदर्शन करण्यासाठी आली. या संस्थेने सल्लामसलत करणे, कपडे, पुस्तके वाटणे याखेरीज आणखी एक फार रंगतदार कार्यक्रम सुरू केला. तरुणांमधील उत्साहाचा उपयोग करून त्यांनी खेळांच्याद्वारे हसत खेळत सामूहिक पातळीवर व्यक्तित्व विकास, नेतृत्व विकास असे कार्यक्रम घेतले. या खेळांमुळे परस्परांवरील विश्वास वाढीला लागतो, परस्परसंबंध अधिक बळकट होतात. विद्याज्योतीने कैद्यांना घड्याळे, रेडियो, वॉकमन इ. वस्तूंची देखभाल करण्यासही शिकवले.

साक्षरता कार्यक्रमामध्ये इंदिरा गांधी मुक्त विद्यापीठ, राष्ट्रीय मुक्त पाठशाला, पंजाबी अकादमी या संस्थांनी आम्हाला पुरेपूर सहकार्य केले. परंतु व्यक्तिगत पातळीवर एच. एल. राणा, मेजर जनरल दिनेश चंद्र, सिमरित कौर, कु. इंदु, सरला भार्गव, डॉ. हरिश्चंद्र सेठी अशी अनेक नावे घेता येतील. या सर्वांनी तिहारमधील वातावरण कमी दुःखदायक, कमी त्रासदायक बनवण्यामध्ये अतिशय मनःपूर्वक आपला बहुमोल वेळ खर्च केला. आणि दिल्लीच्या प्रकाशकांचे तर मानावे तेवढे आभार थोडे आहेत. हिंदू पॉकेट बुक्सच्या माधवी मल्होत्रांच्या पुढाकाराने तर शहरातील सर्व प्रकाशकांवर असा परिणाम केला की, बघत बघता तिहारमध्ये २२ ग्रंथालये तयार झाली. सरोज वशिष्ठ आल्या होत्या तिहारमध्ये कथावाचन करण्यासाठी. पंचतंत्र आणि मानसरोवर पासून प्रारंभ करा असे मीच त्यांना सुचवले होते. सरोजची नेमणूक तीन क्रमांकाच्या मुडा जेलमध्ये करताना मी असे म्हटले होते, 'जा आणि १६-१७ वर्षांच्या मुलांना सांभाळ.' (या तुरुंगाचे नंतर नामकरण झाले– सचिन वॉर्ड) या वाक्यामागे एक फार मोठी कहाणी आहे आणि सरोज वशिष्ठ यांच्यापाशी सफलतेच्या इतक्या गोष्टी आहेत की, आपल्याला निराश होण्याचे कारण नाही. परंतु याचा अर्थ असा अजिबात

नाही की, आम्ही गुन्हेगारी जगाला संपूर्णपणे बदलून टाकले आहे– किंवा आम्ही गुन्हेगारी मुळापासून उखडून टाकू शकणार आहोत. आम्ही फक्त त्यावर नियंत्रण मिळवू शकतो– आणि तेही एका मर्यादेपर्यंतच. ही सुद्धा एक आनंदाची बाब आहे.

☐

विपश्यनेची शक्ती

तिहार कारागृहामध्ये एक क्रांती १९९३ च्या नोव्हेंबरमध्ये झाली व दुसरी १९९४ च्या एप्रिलमध्ये. एक काळ असा होता जेव्हा प्रत्येक कैद्याला मारहाण केली जात असे. कोणी पळून जाण्याचा प्रयत्न केला तर त्याचे डोके उडवण्यात येई. १९९३ च्या नोव्हेंबरमध्ये शंभराहून अधिक आणि १९९४ मध्ये ११६२ लोकांचे आयुष्यच बदलून गेले. दहा दिवसांच्या या दोन शिबिरांमध्ये उपासकांनी संपूर्ण मौन पाळायचे होते एवढेच नव्हे तर एका अतिशय कडक अशा स्वयंशासित कार्यक्रमाद्वारे स्वत:च्या मुक्तीसाठी मिळालेल्या मार्गदर्शनानुसार जीवन जगण्याची कलाही शिकावयाची होती.

धर्म, भाषा, प्रांत यांच्या नावाने आपण इतके रक्त सांडले आहे की, भविष्यासाठी अश्रू ढाळणे कठीण जाणार आहे. इतर तुरुंगांमध्ये पाच कैद्यांना एकाच ठिकाणी एका वेळी येऊ देण्याची हिंमत करता येत नाही. परंतु आम्ही एप्रिल १९९४ मध्ये एका प्रचंड मंडपामध्ये दहा दिवस आणि दहा रात्री ११६२ कैद्यांना विपश्यना शिबिरासाठी एकत्र राहू दिले. यामध्ये शंभर जेल कर्मचारी आणि साठ स्त्रियाही होत्या. कसे कोणास ठाऊक जेलचे रूपांतर आश्रमामध्ये आणि आश्रमाचे रूपांतर आनंद धामामध्ये करण्याचे काम एकदम सोपे होऊन गेले. आम्ही जादूची कांडी शोधत बसलो होतो. आम्हाला व्यावहारिक सल्ला हवा होता. आम्हाला उपचारतज्ञ पाहिजे होता. मी देवाला पाहिलेले नाही परंतु विपश्यना आमच्याकडे एखाद्या आशीर्वादासारखी आली.

विपश्यना हे तत्त्वज्ञानाचे शास्त्र नाही. सर्व धर्मांच्या पलीकडे जाऊन स्वत:कडे पाहावयास शिकण्याची ही एक प्रक्रिया आहे. विपश्यना हे मानवतेचे प्रतीक आहे. तिचे स्वत:चे असे एक वेगळेच वैशिष्ट्य आहे. विपश्यनेच्या मदतीने आपण आपले आचरण बदलून टाकू शकतो. प्रत्येक व्यक्ती ही बंदिवानच असते आणि प्रत्येकाने स्वत:चे सत्य शोधून काढण्याची, स्वत:ची बौद्धिक पातळी उंच

स्तरावर नेऊन अहंकाराचा नाश करून सत्याचा शोध लावण्याची आवश्यकता आहे असे मला वाटते. दुःखाचे काळे ढग ओथंबून येतात तेव्हा ते सर्वांवर सारखेच बरसतात. ते पक्षपात करत नाहीत.

सार्वजनिक निर्माण विभागाच्या मदतीने कैद्यांनी फक्त एका महिन्यामध्ये विपश्यना कुटीर बांधून पूर्ण केले. साधनेसाठी अतिशय आवश्यक असलेले वातावरण हे या कुटिराचे वैशिष्ट्य आहे. यानंतर महिला वॉर्डमध्येही एक विशेष विपश्यना कुटीर निर्माण करण्यात आले. शिबिराच्या अखेरच्या दिवशी विपश्यना शिक्षक आणि या भव्य शिबिराचे संचालक, गुरुवर्य सत्यनारायण गोएंका यांना मी कुटिराचे उद्‌घाटन करण्यासाठी आमंत्रित केले तेव्हा त्यांनी आपल्या मधुर सौम्य आणि धीरगंभीर आवाजात उत्तर दिले, 'उद्‌घाटन तर केव्हाच झालं. तिहार जेल ही एक तपोभूमी बनली आहे आता. एवढे सगळे लोक मुक्त झाले आहेत. या आश्रमात जितके लोक आहेत त्या साऱ्यांची दुःख दूर झाली आहेत. सर्वांच्या मनात शुद्ध धर्म जागृत झाला आहे. अंर्तमने स्वच्छ, शीतल, झाली– सर्वांचं भलं होऊ दे!'

या मंगल सदिच्छेनंतर गुरुजींनी विपश्यना शिबिरामध्ये सहभागी झालेल्या कुणीही एका व्यक्तीने स्वेच्छेने पुढे येऊन कुटिराचे उद्‌घाटन करण्याचे आवाहन केले.

माझ्या आयुष्यात– माझ्या सार्वजनिक जीवनामध्ये बहुधा प्रथमच मी त्या क्षणी रडले– गुपचूप आतल्या आत.

मनातील गोष्ट सांगण्यासाठी मला योग्य, शब्द सापडले नाहीत असे प्रसंग फार क्वचित आले. त्यांचे शब्द, त्यांचा स्वर, त्यांचे विचार, त्यांचे आशीर्वाद माझ्या मनामध्ये अजूनही घुमत आहेत. तरीही मी म्हटले होते, 'तुम्ही जेवढे अस्वस्थ होतात तेवढेच आम्हीही होतो. आम्ही तर दुसऱ्यांच्या माथी दोष देण्यालाही तयार झालो होतो. परंतु आम्हाला मार्ग मिळाला. चालायचं तर स्वतःच्याच पायांनी चालायला हवं. आता तुम्ही आम्ही या रस्त्यावर नीट चालू शकलो नाही तर चूक आपलीच असणार आहे. या शिबिराचं सगळं वातावरण स्वयंशासित होतं त्यामुळे हा सारा कार्यक्रम चांगल्या रीतीनं पार पडला. या समारंभाचा समारोप आभार प्रदर्शनानं झाला. या क्षणी आपल्या प्रत्येक श्वासामधून 'धन्यवाद' हे उद्‌गार उमटत आहेत. आजच्या नंतर आपण कुणालाही दोष देणार नाही आहोत. आजच्या नंतर आपण कोणतीही चूकही करणार नाही आहोत. जो स्वतः आपल्या विद्यार्थ्यांबरोबर परीक्षा देणारा शिक्षक आपण आजवर कधी पाहिला होता का? या शिबिरामध्ये आपल्याला असा शिक्षक भेटला. स्वतःची काळजी घ्या. स्वतःला सुखी ठेवणं हे सगळ्या जगाला सुखी ठेवण्यासारखं

आहे.' हा सारा उपदेश मी कैद्यांना करत नव्हते, स्वत:लाच करत होते.

मला प्रश्न करण्यात आला, 'या एवढ्या विशाल अनुष्ठानाचं कोणतं फळ तुम्हाला अपेक्षित आहे?'

माझे उत्तर होते, 'मी तर प्रत्येक क्षणाला अधिक जागृत होऊ लागले आहे. प्रत्येक क्षण मला एखाद्या सिद्धीसारखा वाटतो आहे. जेल हा तर एक वाहता प्रवाह आहे. दर महिन्याला एक तृतीयांश कैदी मुक्त होतात. मला खात्री आहे आणि मी अशी आशा करत आहे की, त्यांच्यापैकी कोणीही पुन्हा या ठिकाणी येणार नाही. जर ते आपलं आयुष्य सुंदरपणे जगू शकले तर ते फळच मिळालं असं मी मानेन.'

'आपल्या यशाचे रहस्य काय? असा प्रश्न विचारला गेल्यावर माझे उत्तर होते, 'मी आदेश देते ही गोष्ट खरी आहे. ते माझं कर्तव्य आहे. आम्ही धोरण आखतो, एकत्र बसून निर्णय घेतो. विपश्यनेमुळे माझा धावण्याचा वेग वाढला आहे. माझ्या डोळ्यासमोर एक निश्चित असं ध्येय आहे. तिथं पोचायची मला घाई आहे. आता कदाचित मी लहान पावलं टाकत असेन पण भविष्यात मी वेग वाढवू शकेन. मी जेव्हा घरी परतते तेव्हा माझ्याबरोबर आनंदानं भरलेली डबोली असतात.'

या अमृताच्या वर्षावामध्ये चिंब भिजून जाताना किमतीलाल सेठी, मनोज, सुनील, अशोक यांच्यासारखे कैदी आणि मोनाजी, गुप्ताजी, रंजीत यांच्यासारखे कर्मचारी यांना आपले अश्रू आवरणे कठीण जात होते. अनेक लोकांनी आपले अनुभव सांगताना कबुली देऊन टाकली की, 'मी पहिल्याच दिवशी पळून जाणार होतो. मला या स्वर्गामध्ये जबरदस्तीने पाठवण्यात आलं होतं. असं केलं गेलं नसतं तर मी या आनंदाला वंचितच राहिलो असतो.' कित्येक उपासकांनी सांगितले की, आमचे नशीब चांगले म्हणून आम्ही या शिबिरात भाग घेऊ शकलो. नीरज नावाच्या एका कैद्याने सांगितले,

'मी फक्त आभारच मानू शकतो– मानत राहीन. एक नवंच रोपटं लावलं गेलं आहे. या अमृताचा स्वाद अनुभव घेणाऱ्यालाच समजू शकेल. मन निर्मळ आणि आत्मा शांत झाला आहे.' मुख्य वॉर्डन ऋषीनी विपश्यना शिबिरामध्ये भाग घेण्याचा सल्ला सर्व कैद्यांना दिला होता.

त्यादिवशी राजेश पांडे नावाचा एक कैदी म्हणाला, 'मी भगवान शंकराचा भक्त आहे. माझं मत इतकं अस्वस्थ असे की, कुणी एखादी चांगली गोष्ट सांगितली तरी मी अस्वस्थ होऊन जाई. सुरुवातीला माझ्या मनात फक्त विचार असायचा– इथून सुटलो की, घरातल्या सगळ्यांना एका ओळीत उभं करायचं आणि गोळ्या घालून उडवून द्यायचं. पण आता मी इतका शांत झालोय की,

माझाच दोष होता हे मी मान्य केलंय.'

अली अहमद, सैयद, रेश्मा जुलुक, डेविड यांच्यासारख्या परदेशी किंवा परधर्मीय लोकांचा प्रथम असा समज झाला की, हा एखादा नवा धर्म आहे. परंतु शिबिर संपेपर्यंत त्यांच्या लक्षात आले होते की, विपश्यना हा स्वत:ला मुक्ती प्राप्त करून घेण्याचा एक मार्ग आहे. 'ज्याच्याकडे पहावं तो दु:खीच दिसतो' हे सत्य त्यांना उमगले होते. 'इथे तर आमच्या मनावर शस्त्रक्रिया करण्यात आली. मनातले विकार काढून टाकण्यासाठी आम्ही इथे जे दहा दिवस घालवले त्यामध्ये आम्हाला कळून चुकलं की, हे तर नैसर्गिकच आहे. धाराप्रवाहात तरंग उठतील तसतशा शरीरामध्ये सुखद अनुभूती जाणवतील आणि विकार आपले आपणच बाहेर निघून जातील.'

अधीक्षक किशोर हे स्वत: नेहमी अतिशय तणावाखाली असत. एक अधिकारी असल्याने त्यांच्या वेगळ्या अशा काही समस्या होत्या. या शिबिरानंतर त्यांनी मान्य केले, 'आता माझ्या प्रतिक्रियाच बदलून गेल्या आहेत.'

चमेलीला तेरा वर्षांची शिक्षा झालेली होती आणि त्यापैकी ९ वर्षे पूर्ण झाली होती. तीन मुलांची आई असलेल्या चमेलीवर स्वत:च्या पतीची हत्या केल्याचा आरोप होता. चमेली म्हणाली, 'मी आता आणखी काय सांगू? खरं म्हणजे ज्या दिवशी किरण बेदी या जेलमध्ये आल्या त्याच दिवशी मनात आशेचा किरण उगवला होता. आता या क्षणी मी आनंदानं थरथरत आहे. या शिबिरात आल्यावर पहिल्या रात्री मला झोपच लागली नव्हती. वाटलं– मी इथे शांतीच्या शोधात आले आहे आणि हे काय होतंय? बाहेर आम्ही वाट चुकलेली माणसं होतो पण या शिबिरात आम्ही लख्ख सूर्यप्रकाशात येऊन पोचलो आहोत.'

चमेलीला धीर देत गुरुजी म्हणाले होते, 'आजच्या नंतर तू सतत सूर्यप्रकाशातच राहाशील. तुझी लढाई तुला स्वत:लाच लढली पाहिजे. खूप कष्ट कर, खूप चांगलं कर, खूप चांगलं होईल, मंगल होईल. आनंदात राहा.'

१९९५ च्या जून महिन्यात तेरा वर्षे पूर्ण होण्याच्या आतच चमेलीची सुटका झाली. तिने सांगितलेल्या कहाणीवर आमचा पूर्ण विश्वास होता. सवतीने आणि सावत्र मुलीने दिलेल्या खोट्या साक्षीमुळे चमेलीचे आयुष्य नरक बनून गेले होते. सावळी सुबक चमेली गाते फार सुंदर आणि नाचतेही चांगली. ढोलक वाजवण्यात तिचा हातखंडा आहे. तिहारमध्ये होती तोपर्यंत आमच्याशी कायम संपर्क ठेवण्याचे वायदे करत होती. परंतु ज्यादिवशी तिची सुटका झाली त्या दिवशी तिने आपला पत्ता अधीक्षक मीनाजीजवळ दिला नाही आणि मला फोनही केला नाही. या प्रामाणिक हिंमतवान चमेलीने नक्कीच स्वत:साठी स्थान निर्माण केले असेल याची मला खात्री आहे. ग्रीसमधील विद्वान भर दिवसा हातात दिवा

घेऊन शहरभर फिरत होते. असे करण्याचे कारण विचारल्यावर त्यांनी उत्तर दिले, 'मी हजारोंमधून एक माणूस शोधतो आहे.' स्वत:चे कर्तव्य ही देवाची पूजा आहे असे मानून मी ते पार पाडले. त्या भावनेचा अंश चमेलीसारख्या व्यक्तींमध्ये उतरला आणि त्यांच्या जीवनात मिसळून गेला. तिहारमधील आयुष्य कंठत असताना चमेलीही हेच मानत होती की, फक्त देवालाच प्रसन्न करून घ्यायचे आहे. जो दुसऱ्याच्या उपयोगी पडतो तोच खरा सफल असतो.

२ डिसेंबर १९९३ ला झालेल्या प्रथम विपश्यना शिबिरामध्ये मी आपल्याला घेऊन जाऊ इच्छिते. दहा दिवसांच्या या शिबिरामध्ये ३५ कैदी आणि २४ जेल कर्मचाऱ्यांनी भाग घेतला होता. या शिबिराला राजस्थान गृहविभागाचे निवृत्त सचिव राम सिंह यांचे मार्गदर्शन लाभले होते. हे दहाही दिवस मौन पाळायचे होते. एकांतवासाखेरीज दुसरी कोणतीही शिक्षा अधिक वाईट नाही. या प्रकाराने दहा दिवस मौन पाळून गुरूच्या आदेशांचे पालन करणे, उपदेश ऐकणे, आर्यमौनातून आर्य शांतीची प्राप्ती करून घेणे, तिचा अनुभव घेणे ही केवढी गुंतागुंतीची आणि कठीण प्रक्रिया आहे. हे सारे ऐकूनच कैद्यांच्या लक्षात आले. या शिबिराच्या पहिल्याच दिवशी एक अतिशय नाट्यमय घटना घडली. परंतु शिबिराचे मार्गदर्शक राम सिंहजींनी ती आम्हाला बऱ्याच दिवसांनी सांगितली. इगतपुरीच्या विपश्यना अनुसंधान संस्थेने एक विपश्यना आंतरराष्ट्रीय संमेलन आयोजित केले होते. नवी दिल्ली येथील आय.आय.टी. मध्ये १५ ते १७ एप्रिल १९९४ या दिवसात हे शिबिर आयोजित करण्यात आले होते तेथे रामसिंहजींनी ही गोष्ट आम्हाला सांगितली. १६ एप्रिलला मी इतर वक्त्यांबरोबर व्यासपीठावर बसले होते. रामसिंहजी सांगत होते, 'तिहारमध्ये आयोजित केलेल्या शिबिराच्या पहिल्याच दिवशी गुरु सत्यनारायण गोएंकांचा उपदेश वीडियोवर दाखवण्यात आला. शिबिराचे नियम, स्वयंशिस्तीची पद्धत समजावून सांगितली जात होती. संध्याकाळच्या वेळी चार तरुण कैदी व्हरांड्यात बसून विडी पीत गप्पा मारत होते. मी त्यांना हटकले आणि सांगितले. 'तुम्ही नियम मोडत आहात.' उत्तर मिळाले, 'हे नियम वॉर्डच्या आत लागू असतात– आम्ही तर बाहेर बसलो आहोत.' खूप समजावून सांगितल्यावर त्यांना राग आला. मला धमकावत ते म्हणाले, 'जास्त जबरदस्ती केलीत तर हा टीव्ही फोडून टाकू– आम्हाला नाही ऐकायचं हे काही' रामसिंहजी सांगता सांगता इथवर पोचले तेव्हा मी दचकले. त्यांना मध्येच थांबवून मी विचारले होते, 'आपण आम्हाला ही गोष्ट तेव्हाच का नाही सांगितलीत?'

तेव्हा रामसिंहजींनी उत्तर दिले होते. 'तुम्हाला बोलावून तुमच्या मदतीनेच जर परिस्थिती सुधारायची असती तर मग आम्ही तिथं काय करत होतो? त्यावेळी आम्ही पुढे काहीच बोललो नाही किंवा काही केलंही नाही. बराच विचार करून

मी माझे सहकारी प्रा. धर यांना सांगितलं की, आपण उद्या सकाळी यांच्याशी बोलू या. प्रा. धर यांना हे मान्य नव्हते. हे कैदी आमच्यावर हल्ला चढवतील अशी त्यांना भीती वाटत होती.'

'प्रा. धर स्नान करण्यासाठी गेल्याबरोबर मी बाहेर व्हरांड्यात गेलो. चारही तरुण तांबारलेल्या चेहऱ्यांनी विड्या ओढत बसले होते. मी एक शब्दही न बोलता त्यांच्या नजरेला नजर देत उभा राहिलो. अखेरीस ते चौघेही उठून माझ्या पायावर कोसळून क्षमायाचना करू लागले. त्यांचं हे हृदयपरिवर्तन जेल अधिकारी शिक्षा करतील या भीतीनं झालं नव्हतं हे मी खात्रीपूर्वक सांगू शकतो.'

'त्याच दिवशी आम्हाला आणखीही काही गोष्टी कळल्या. १९९५ मध्ये राजस्थान जेलमध्ये गुरु सत्यनारायण गोएंकांनी निर्ढावलेल्या निर्दय क्रूर कैद्यांबरोबर एक शिबिर घेतले होते. गुरुजींनी जेलच्या अधिकाऱ्यांना सांगितले, 'मी तर यांच्या बेड्या तोडण्यासाठी आलो आहे. तुम्ही यांच्या बेड्या काढून टाका.' दर चार कैद्यांसाठी दोन बंदुकधारी शिपाईही नेमलेले होते. रामसिंहजींनी सांगितले, मला तर कापरेच भरले. मला खात्री होती की, बेड्या काढताक्षणी हे कैदी गुरुजींवर हल्ला करतील.

'परंतु असे घडले नाही. १९७५-७६ मध्ये एक बीज पेरले गेले होते. ते वाढत वाढत १९९० पर्यंत गुजरातच्या साबरमती जेलपर्यंत पसरले होते. तिहार जेलपर्यंत येणे ही माझ्या दृष्टीने एक पुण्यप्रद अशी तीर्थयात्राच ठरली आहे आणि ही यात्रा आधीच्या सर्व यात्रांहून अधिक कठीण ठरली आहे.'

आय.आय.टी. मध्ये आयोजित केलेल्या या संमेलनामध्ये बडोदा जेलचे अधीक्षक श्री. बोरा आणि १९८३ मध्ये गुन्हेगारी जगात प्रवेश केलेला आणि बडोदा जेलमधून सुटलेला कुख्यात गुन्हेगार गुरमीन सिंग दोघांनीही आपले विचार मांडले. गुरमीनसिंहने सांगितले, 'माझ्या विरुद्ध खूप खटले होते. मी दरोडेही घातले आहेत आणि अतिरेकी कृत्येही केली आहेत. दहा वर्षं मी तुरुंगात घालवली आहेत. आज तुम्ही मला ज्या स्थितीमध्ये पाहता आहात त्याचे सारे श्रेय श्रीमान बोरा यांचे आहे. विपश्यना साधनेची माहिती होण्यापूर्वी आयुष्य निरर्थक वाटत असे. ही उपासना म्हणजे एक संजीवनीच आहे. माझी विचार करण्याची पद्धतच बदलून गेली आहे कारण आता मी स्वत: शांत झालो आहे म्हणून माझे दुसऱ्यांशी वागणेही गोड आणि मैत्रीपूर्ण झाले आहे. विपश्यनेच्या आधी अवस्था अशी होती की, एकतर मी तरी जिवंत राहीन नाहीतर बोरासाहेब तरी जिवंत राहतील.'

गुरु सत्यनारायण गोएंकांनी सांगितले, 'तीस वर्षांपूर्वी माझ्या गुरुजींनी एक भविष्यवाणी केली होती की, मी एका फार मोठ्या विपश्यना शिबिराचे संचालन

करणार आहे. तिहारमध्ये ही भविष्यवाणी खरी झाली.

मी अगदी पहिल्या प्रथम गुरु सत्यनारायण गोएंकांना भेटण्यासाठी गेले तेव्हा ते म्हणाले, 'ये बाळ.' मी खूप भेदरलेली होते. त्याक्षणी मला त्यांच्या दृष्टीमधून अमृताचा घोट पिण्यास मिळाला. आमचे संबंध पितापुत्रीसारखे जवळचे झाले.

२२ मार्च १९९४ या दिवशी अमृता प्रीतम तिहार जेलमध्ये आल्या होत्या. आम्ही जेल क्र. १ च्या ६ क्रमांकाच्या वॉर्डमध्ये गेलो. कैद्यांबरोबर खूप गप्पा गोष्टी झाल्या. कच्च्या कैदेत असलेल्या नूरमहम्मदला आग्र्याहून पकडून आणले गेले होते. त्याच्यावर आरोप होता– तूच बाबरी मस्जिदमध्ये दंगा घडवून आणलास. म्हातारा नूरमहम्मद नेहमी म्हणत असे, 'इथे प्रत्यक्ष देव आला तरी म्हणतील खिसेकापू आलाय. म्हटलं तर जेल आहे नाहीतर रेल आहे. मी प्रेतयात्रेची शपथ घेऊन सांगू शकतो की, ज्यांना पूर्वी अंगठा कसा उठवायचा तेही माहीत नव्हतं ते आता इंग्लिशमध्ये पत्र लिहू शकतात.'

अमृता प्रीतम यांनी कैद्यांना खूप प्रश्न विचारले होते– कैद्यांना लिहिण्या-वाचण्याची किती आवड आहे यासंबंधीचे प्रश्न अधिक होते. महिला वॉर्डला देण्यासाठी त्यांनी स्वत:ची काही पुस्तके बरोबर आणली होती. परंतु आम्ही त्यांना जेव्हा वॉर्डमध्ये असलेले ग्रंथालय दाखवले आणि अनिता डेविड नावाच्या कैदी ग्रंथपालाशी त्यांची भेट घडवून आणली तेव्हा त्या अवाक् झाल्या. दोन हजार पुस्तके अनिताने ज्या रीतीने सांभाळून लावून ठेवली होती, ते अतिशय पाहण्यासारखे होते. ग्रंथालयाच्या स्थापनेची एक आणखीच वेगळी कथा आहे. आता फक्त एवढेच सांगते की, अमृता प्रीतम यांचे सारे वाङ्मय या ग्रंथालयामध्ये आधीपासूनच होते. जेलमधील लोकप्रिय लेखकांमध्ये त्यांचे नाव सर्वात पहिल्या क्रमांकावर आहे हे ऐकून पाहून त्या अतिशय खूष झाला. अमृतांनी स्वत:च्या एका कवितेचा काही भाग कैद्यांना ऐकवला होता–

मित्रांनो– कुऱ्हाडींचा काळ संपून जावा
अशी प्रार्थना करा.
वृक्षांचे आयुष्य त्यांचे त्यांना मिळो,
अंगणातल्या डहाळ्यांना हिरव्या पानांचा आशीर्वाद लाभो.

अमृतांनी कैद्यांचे लक्ष एका गोष्टीकडे वेधून घेतले. त्यांनी सांगितले. 'माझ्या देशातले लोक भांड्यात डाळ नाही शिजवत, भीती शिजवतात.' तेव्हा मीही त्यांना आठवण करून दिली की, सर्वांच्याच मनामध्ये भलेबुरे विचार असतात. आपल्या अंतरात इतक्या चांगल्या गोष्टी भरलेल्या असतात परंतु आपण उपयोग

फक्त वाईट गोष्टींचाच करतो. आपण जेव्हा घरामध्ये असतो तेव्हा साऱ्यांशीच भांडतो– आईशी, मुलांशी पण कोणी परका माणूस आला तर त्याच्याशी मात्र हसून बोलतो. आपण नेहमीच असे चांगले वागलो तर किती छान होईल. हे मी सांगते आहे ती अगदी साधीच गोष्ट आहे– आपण चांगलं वागण्याची सवय का लावून घेत नाही? मी एक स्त्री आहे. तुम्ही माझ्याकडे इतक्या आदराने का पाहता? मग आपण प्रत्येक स्त्रीकडे आदराच्या नजरेने का पाहात नाही? तुम्ही जर शेताला पाणी देणेच बंद केले, तर तिथे उगवणार काय? काटेकुटे आणि तण. काटे उगवण्यासाठी बी पेरावे लागत नाही ते आपले आपणच उगवून येतात. नैतिक शिक्षण घेण्यास वयाला बंधन नसते. त्याची कोणतीही सीमा नसते, या शिक्षणाला स्थळ काळाचेही बंधन नसते.

कैद्यांनी लिहिलेल्या कवितांचे संपादन अमृता प्रीतम यांनी करावे असेही त्या दिवशी आम्ही ठरवले. कैद्यांजवळ लेखन सामग्रीची कमतरता आणि कित्येक कैद्यांची निर्भरता यामुळे त्यांच्या कवितांचे संपादन करणे फारसे सोपे नव्हते. एका महिन्यानंतर सरोजकडे साऱ्या कविता परत आल्या कारण प्रत्येक कैद्याला सरोज ओळखत होती, प्रत्येकाचा इतिहास तिला चांगला ठाऊक होता. त्यांच्या कविता सरोजच्या हातूनच प्रकाशित होणे कदाचित दैवाला मान्य असावे.

नरेंद्र बहादुर सारख्या बऱ्याच जणांचे मौन पाचव्या दिवशी भंग पावले तेव्हा त्यांनी आणखी एक संधी द्यावी अशी मागणी केली. त्यांना हे पटले होते की, श्वासाच्या माध्यमाद्वारे स्वत:च स्वत:चा अनुभव घेण्याने मनात निर्मळ प्रेम निर्माण होऊ शकते. सुधारणेच्या दिशेने प्रगती आणि स्वेच्छेने घडून आलेले हृदय परिवर्तन यांना पहिले पाऊल मानण्यात आले. सुखवीरसिंह नावाच्या कैद्याने सांगितले, 'नाव तर फक्त देवाचंच असतं. या एकाच बिंदूला मी विकसित करीन. मनामध्ये राग द्वेष निर्माण झाला तरी तो दुसऱ्यापर्यंत पोचू देणार नाही. मनामध्ये प्रेम निर्माण होईल ते हळुवारपणे विकसित होऊ देईन.'

कोणताही अपराध केला नसतानाही शिक्षा भोगत असणाऱ्या कैद्यांची तिहारमध्ये कमी नाही. त्यांचा आक्रोश, त्यांचे दुःख आपण जाणू शकतो. त्यांच्यापैकी ओमप्रकाश नावाच्या एका कैद्याने सांगितले, 'या शिबिरामध्ये माझा तर संपूर्ण कायापालटच होऊन गेला. सुरुवातीला मला वाटायचं, मला ज्यानं इथं अडकवलं त्याला बाहेर पडताक्षणी ट्रकखाली चिरडून टाकीन. आता ही सूडाची भावनाच मरून गेली आहे.'

अजितकुमारच्या मते, 'ज्या शांतीच्या मागे सारे जग धावत असते ती शांती तर आपल्याच अंतरात असते. हरणाला जसं ठाऊक नसतं की, कस्तुरी त्याच्याच पोटात लपलेली आहे, आणि ते हरीण कस्तुरीच्या शोधात धावत असतं तसेच

आपण धावत असतो.’ नायजेरियाचा एक तरुण फ्रान्सिस तिहारमध्ये आठ वर्षांपासून कैदी आहे. शिबिरातील शांत, सद्भावनापूर्ण वातावरणाबद्दल बोलताना तो म्हणाला, ‘यासाठी एक लाख डॉलर्स दान केले तरी ते कमीच ठरतील.’

सहअधिक्षक रंजीतसिंह यांनी सांगितले, ‘मी या शिबिरामध्ये आलो साधनेसाठी परंतु माझ्या सुदैवाने माझ्यावर धर्मसेवकाचं काम सोपवण्यात आलं. विपश्यना हे एक अमूल्य रत्न आहे आणि मला ते सर्वांमध्ये वाटायचं आहे. मला असं एक अनुपम दान मिळालं आहे ज्याचं वर्णन करणं अशक्य आहे.’

नोव्हेंबर १९९३ पर्यंत प्रा. राम सिंह यांनी अनेक शिबिरांचे संचालन पार पाडले होते. त्यांनी डिसेंबर १९९३ मध्ये सांगितले, ‘हे एक आगळे वेगळे शिबिर होते. सारे उपासक उत्तीर्ण झाले. दु:ख एवढंच की, ते सगळे कैदी होते.’

समापन समारंभाचा दिवस होता. ‘परमेश्वराने आम्हाला सेवा करण्याची संधी दिली आहे. प्रा. रामसिंह यांनी सर्वांना ट्रेनमध्ये बसवून दिले आहे. आतापर्यंत हे सगळे प्लॅटफॉर्मवरच इकडेतिकडे भटकत होते. आता प्रवासातही अनेक प्लॅटफॉर्म येतील. यांच्या मनात आलं तर ते मध्येच खालीही उतरू शकतात. किंवा सरळ आपल्या ध्येयाशी जाऊन पोचू शकतात. निर्णय त्यांचा स्वत:चा असणार आहे. त्यांना इथं आणून आम्ही त्यांच्यावर उपकार केलेले नाहीत, आम्ही आमचं प्रशासनाचं कर्तव्य बजावलं आहे.’

विचित्र सिंहाने आपल्या आईवडिलांना दोषी ठरवले. तो म्हणाला, ‘त्यांनीच मला चुकीच्या मार्गाला लावलं. आता माझ्यावर गुरूची कृपादृष्टी झाली आहे. मी त्यांचा आभारी आहे. असं शिबिर न्यायाधीश आणि पोलिस कर्मचाऱ्यांसाठीसुद्धा आयोजित केलं गेलं पाहिजे.’

आईवडिलांनीच वाईट मार्गाला लावलेले कैदीही तिहारमध्ये खूप आहेत. सुनीलवर किती कलमांखाली खटले भरले गेले आहेत विचारूच नका. त्याच्याच शब्दांमध्ये सांगायचे तर ‘राजपूररोड पोलिस चौकीमध्ये माझ्यावर आठ फुल आणि नऊ हाफ मर्डर आहेत.’ सुनीलचा २१ वर्षांचा भाऊ मनोजही चार क्रमांकाच्या जेलमध्ये कैदी आहे असे सुनीलने सांगितले. सरोजने मला त्यांचा एक संवाद ऐकवला तेव्हा तर मला धडकीच भरली.

‘बेटा– तू का मारलंस इतक्या लोकांना?’

सुनीलने सांगितले, ‘वीस वर्षांपूर्वी याच कुटुंबांतल्या लोकांनी माझ्या आजोबांना ठार मारलं.’

‘हे झालं वीस वर्षांपूर्वी– आज तुझच वय जेमतेम वीस आहे– तुला काय मिळालं या खुनाखुनीतून? जी घटना तू पाहिलेलीसुद्धा नाहीस तिचा सूड तू का घेतलास? तेरा वर्षांनी सुटशील– पुढे काय करशील?’

'मला हे मिळालं ना!'

'हे तर तुझ्या वडिलांनीही दिलं असं तुला पांघरायला– आणि शिकून सवरून पोलिसात भरती झाला असतास तर सरकारनं तुला हे पांघरूण गणवेशाबरोबर दिलंच असतं.'

'हे' काय होतं? ते होतं हिरवट रंगाच्या शालीसारखं एक गरम पांघरूण. सुनीलचे वडील त्याला जेलमध्ये देऊन गेले होते. त्यांच्याच सर्विस पिस्तुलाने सुनीलने इतक्या सगळ्या लोकांना ठार मारले होते किंवा जखमी केले होते.

सुनीलने सांगितले, 'माझ्या वडिलांनी आम्हाला नेहमी हेच शिकवलं की, गीतेतही हेच सांगितलं आहे. शत्रूला मारणं हे पाप नाही.'

तिसऱ्या प्रश्नाचे उत्तर होते, 'सुटल्यानंतर मी त्या कुटुंबातल्या उरलेल्या लोकांना ठार मारणार आहे. आता गुन्हेगारीचं जग हेच माझं जग आहे.'

'बेटा, एक गोष्ट सांग. ज्या लोकांना तू ठार मारलंस ते सगळे तुझ्या आजोबांच्या खुनाचे दोषी होते का?'

'फक्त दोनच खरे दोषी मारले, बाकी सगळे निर्दोष होते. मेलेल्या लोकांपैकी फक्त एका मुलीच्या मरणाचं मला वाईट वाटतं. पण आता पश्चात्ताप करून काय उपयोग? जे करायला हवं होतं ते करून टाकलं.'

सुनीलला अजून खूप वर्षे वाट पाहायची आहे या कल्पनेने आम्ही जितके अस्वस्थ होतो तेवढा तो स्वत: अस्वस्थ नव्हता. खून करून तिहार जेलमध्ये कैदी होता. एका गर्दीच्या रेट्याने तो हरवून गेला होता. शेवटी कोणाच्या भरवंशावर तो दिवस काढणार होता? त्याच्या दृष्टीने तर प्रत्येकच उमलता गुलाब कोमेजून गेलेला होता. बकुळीची फुले झाडावरून पडावीत तसे आता याचे दिवस संपतील. आशा ठेवायची तरी कसली आता याने?

एके दिवशी सरोजने मला सांगितले साधारण २५ दिवसांनंतर तो तिच्या मांडीवर डोके ठेवून रडू लागला होता. 'काय रे, तुझ्या एवढ्या भयंकर बेताचं काय झालं?' त्या दिवशी सुनीलने जे उत्तर दिले ते त्याच्यासारख्या मार्गभ्रष्ट, भूल पडलेल्या कैद्यांसाठी फार महत्त्वाचे ठरेल. सुनीलने सांगितले होते, 'मॅडम, माझं बी. ए. पर्यंतचं शिक्षण पुरं करून द्या म्हणजे मी जेव्हा इथून सुटेन तेव्हा कमीत कमी एक पदवी तरी माझ्या हातात असेल– एक नवं आयुष्य सुरू करायला काहीतरी साधन मिळेल.'

त्याचवेळी त्याची ही विनंती लिखित स्वरूपात योग्य त्या कारवाईसाठी माझ्याकडे पाठवण्यात आली होती. सुनीलचे पदवीचे शिक्षण तर सुरळीत सुरू झालेच पण ज्या दिवशी मी सुनीलला ९४ च्या एप्रिल मध्ये आयोजित केलेल्या विपश्यना शिबिरामध्ये उपासकांमध्ये बसलेले पाहिले तेव्हा मला खरा आनंद

वाटला. समापन समारंभानंतर बाहेर पडताना सगळे उपासक माझ्या पाया पडत होते. मी सांगितले, 'तुम्ही माझ्या पाया पडू नका, आम्हीच तुमच्या पाया पडायला हवं.' परंतु या माझ्या आग्रहाला कोण जुमानणार? सुनीलची धीर गंभीर नजर, त्या नजरेमध्ये भरलेला विषाद, त्या नजरेमध्ये लपलेली शांती पाहून मी समजून चुकले होते की, आता हा युवक अपराधी राहिला नाही. सुटल्यानंतर हा नक्कीच एक स्वच्छ आयुष्य जगेल– मग त्याच्या बापाने त्याला कितीही अनुचित उपदेश केला तरीही– या परिवर्तनाचे संपूर्ण श्रेय विपश्यनेचेच तर आहे.

तिहारमध्ये केल्या गेलेल्या सुधारणांचा विपश्यनेशी अतूट संबंध आहे. या सुधारणांना कार्यान्वित करताना मार्गामध्ये कोणकोणत्या अडचणी आल्या या प्रश्नाला उत्तर देताना मी एवढेच सांगितले, 'अडचणी कोणत्याच आल्या नाहीत. एक काम करायचं होतं– करून टाकलं. एक परस्पर विश्वास निर्माण झाला होता. म्हणूनच कदाचित मला कोणत्याही सुरक्षासंबंधी संकटांना तोंड द्यावं लागलं नाही. या कुटिराच्या निर्मितीसाठीही आम्हाला सरकारकडे पैसे मागावे लागले नाहीत. आमच्याच जेल कोशातून आणि उपलब्ध असलेल्या मानवी साधनांमधून आम्ही हे काम केले. मी 'नियती' हा शब्द वापरणे सोडून दिले आहे. प्रत्येक कैद्याला विपश्यना शिकायची आहे हे अटळ आहे. याची एकदा जाणीव झाल्यानंतर मग तिहारमध्ये अनेक शिबिरे घेण्यात आली. प्रशिक्षित जेल कर्मचारी आणि जेलमध्ये उपलब्ध असलेले सामुदायिक सहकारी या साऱ्यांच्या कामाला तिहारमध्ये एका संस्थेचे स्वरूप प्राप्त करून द्यायचे होते. हे काम अपूर्ण राहिले याचे दु:ख आहे.

हे शिबिर चालू असतानाच एका कैद्याच्या सुटकेचा हुकुम आला परंतु त्या हुकुमाचे पालन करण्यास त्या कैद्याने नकार दिला. बरेच कैदी सुटणार होते परंतु त्यांनी आपले आयुष्य तिहारमध्ये स्वयंसेवक म्हणून काम करण्यासाठी वाहून टाकले.

प्रत्येक कठोर निर्णयाला दोन बाजू असतात. आपले काम सिद्धांतांवर आधारलेले असेल तर विवाद उभे राहातातच परंतु येथे विवाद नुसता उभा राहिला नाही तर त्याने एखाद्या झंझावाताप्रमाणे बरेच काही नष्ट करून टाकले. माणसांशी माणसासारखे वागावे एवढेच मी केले होते. तिहारमध्ये अशा अनामिक अनेक कबरी आहेत. सारीकडे एक मौन पसरले आहे. अश्रू ढाळण्यात काही अर्थ नाही आणि उसासे सोडून काही उपयोग नाही.

तिहारमध्ये मी खूप मित्र मिळवले. मला मुक्ति मिळावी ही माझी इच्छा आहे पण हे काम मला स्वत:लाच करायचे आहे– सत्कृत्यांच्या माध्यमातून.

□

नशा मुक्ति कार्यक्रम

पोलिसांची कार्यक्षेत्रे निश्चित करताना त्यामध्ये गुन्हेगारी कमी करण्याच्या कामाला योग्य ती प्राथमिकता तर दिली जात नाहीच, परंतु या कामाला पुरेसे महत्त्वही दिले जात नाही. अमली पदार्थांच्या क्षेत्रामध्ये गुन्हेगारांचा माग काढणे आणि अमली पदार्थ जप्त करणे याला फार मोठी प्राथमिकता दिली जाते आणि ही गोष्ट वृत्तपत्रांमध्ये 'ठळक बातमी' ही बनते. दुर्वर्तन, अपराध, आणि शांततेचा भंग करणे याला आळा घालण्याच्या कामाकडे कोणीच लक्ष देत नाही. याच कारणांमुळे हिंसक गुन्हे घडण्याचे प्रमाण वाढण्याची शक्यता बळावते. म्हणूनच पोलिसांनी आपल्या कार्यक्षेत्रामधील लोकांना पोलिसांच्या कामामध्ये सहभागी करून घेणे आवश्यक आहे. एकदा ही गोष्ट घडून आली की, सारी व्यवस्था पारदर्शक आणि जबाबदार बनते. जी साधनसामग्री पोलिस किंवा सरकार एकटे उपलब्ध करून देऊ शकत नाही, ती सामग्री समाजाकडून मिळू लागते. या सहकार्याचे एक विलक्षण आणि अभिनव उदाहरण आहे. नवज्योती दिल्ली पोलिस फाऊंडेशन– सुधारणा, नशामुक्ती आणि पुनर्वसन या कामांसाठी या संस्थेची स्थापना झाली आहे.

हा कार्यक्रम १९८६ मध्ये एक प्रयोग म्हणून सुरू करण्यात आला. त्यावेळी दिल्लीच्या सहा पोलिस क्षेत्रांपैकी उत्तरेच्या क्षेत्रामध्ये माझी नेमणूक प्रमुख अधिकारी म्हणून झाली होती. गुन्ह्यांना आळा घालणे, घडलेल्या गुन्ह्यांचा छडा लावणे, कायदा व सुव्यवस्था सांभाळणे आणि कर्मचारी वर्गाची व्यवस्था एवढी कामे माझ्या कार्यक्षेत्रामध्ये अंतर्भूत होती. त्यावेळी उत्तर क्षेत्रामध्ये सुमारे २००० पुरुष आणि ८ महिला अधिकारी होते. मी त्या आठांपैकी एक होते. फरक फक्त एवढाच होता की, मी डेप्युटी कमिशनर होते आणि बहुसंख्य पुरुष असलेल्या तुकडीचे नेतृत्व करत होते. ११६ चौरस मैलांच्या या क्षेत्रामध्ये सुमारे १६ लाख लोकवस्ती होती. हे क्षेत्र १९ पोलिस चौक्यांमध्ये विभागलेले होते

आणि प्रत्येक चौकीचा प्रमुख एक इन्स्पेक्टर होता.

उत्तर दिल्लीमध्ये गुन्ह्यांचे प्रमाण कमी होते परंतु हेरॉईन, ज्याला बोली भाषेत 'स्मॅक' 'चरस' म्हटले जाते– याच्या मागणी आणि पुरवठ्यावर कसलेच नियंत्रण नव्हते. दिल्लीमध्ये स्मॅकच्या व्यसनामुळे सर्वसाधारण समाजाचा खर्च वाढला होता. या प्रकोपाला तोंड देण्याची दिल्लीची अजिबात कुवत नव्हती. या व्यसनाची माहिती पोलिसांनाही नव्हती आणि व्यसनाधीन झालेल्या माणसाच्या आईवडिलांनाही नव्हती. या परिस्थितीवर कसे नियंत्रण ठेवावे हेही कोणाला माहीत नव्हते. स्मॅकची मागणी पूर्ण करणारे मूठभर लोभी स्त्रीपुरुष आणि तरुण यांच्याखेरीज बाकी सर्वांचे नुकसान होत होते. नियमितपणे स्मॅक विकणारे अनेकजण स्वत:ही या व्यसनाचे गुलाम बनले होते. कायदा लागू करणाऱ्या अनेक शाखा स्वत:च परोपजीवी बनल्या होत्या. त्यांना त्यांच्या हिश्शाची लाच न चुकता पोचवली जात होती. पैशाशी संबंधित असलेल्या गुन्ह्यांमध्ये वाढ होण्याचे कारणही हेच होते– स्मॅकचे व्यसन आणि त्यामुळे चोरीचपाटीमध्ये त्यांचे असलेले साटेलोटे. उत्तर दिल्लीच्या १९८६ च्या पोलिस अहवालात स्पष्ट दिसून येते की, पैशाशी संबंधित असलेल्या गुन्ह्यांसाठी ताब्यात घेतलेल्या दर दोन कैद्यांमध्ये एक जण स्मॅकचे व्यसन असणारा होता. या अपराध्यांच्या बरोबरीने फार मोठ्या प्रमाणावर कौटुंबिक हिंसाचाराचे प्रकारही समोर येऊ लागले होते. या हिंसाचाराच्या प्रमुख बळी होत्या माता, पत्नी आणि भगिनी. यांच्यापैकी कोणीच प्रतिकार करण्याच्या स्थितीत नसत आणि त्यामुळे त्या अगदी सहज अत्याचाराला बळी पडत असत. कौटुंबिक हिंसाचाराबरोबर या स्त्रियांचे दागदागिने किंवा इतर मौल्यवान वस्तूंच्या चोऱ्या होऊ लागल्या. स्वत:ची व्यसनाची तल्लफ भागवण्यासाठी हे व्यसनी लोक स्वत:च्या घरामध्ये चोऱ्या करत असत. पोलिसांना एक विश्वविद्यालयातील तरुण विद्यार्थिनी सापडली– ती आपला रोजचा अमली पदार्थांचा खर्च भागविण्यासाठी देहविक्रय करत होती.

उत्तर विभागामध्ये काही ठिकाणे अशी होती की, जेथे स्मॅकची मागणी आणि पुरवठा अगदी उघडपणे केला जात असे. आणि या व्यसनाचे दुष्परिणाम फार मोठ्या लोकसंख्येवर दिसू लागले होते. पोलिसही बऱ्याच अंशी हतबल होते याची कारणे अशी :

१) अमली पदार्थांची विक्री एखादी स्त्री करत असेल तर तिला ताब्यात घेण्यासाठी पुरुष अधिकाऱ्यांबरोबर एक महिला पोलिस अधिकारी असणे आवश्यक होते परंतु महिला पोलिस उपलब्ध नव्हत्या.

२) एखाद्याला पकडण्यात आले तरी तो ताबडतोब जामीनावर सुटत असे आणि पुन्हा आपला धंदा चालू करत असे.

३) ही सगळी परिस्थिती एखाद्या साथीच्या रोगासारखी पसरली होती. दबाव वाढू लागला तसे अमली पदार्थांचे विक्रेते उत्तर क्षेत्राच्या सीमेबाहेर निघून गेले आणि तेथून आपला धंदा करू लागले. यामुळे ते कडक पहाऱ्यातून सहजगत्या निसटत.

४) कायद्याच्या दबावाला भ्रष्टाचाराने दुर्बळ बनवले होते आणि काही पोलिस अधिकाऱ्यांचा हा एक कमाईचा मार्ग होऊन गेला होता.

५) या व्यसनामध्ये गुंतलेल्या लोकांचे आईवडील आणि इतर लोक हताश होऊ लागले होते.

६) व्यसनी माणसाला मदत कशा रीतीने करावी लागते याची माहिती कोणालाही नव्हती.

७) पोलिसांनी जर एखाद्या व्यसनी माणसाला दुसऱ्या एखाद्या गुन्ह्यासाठी ताब्यात घेतले असेल तर त्याला न्यायालयात हजर करण्यापर्यंतचा काळ त्यांना फार संकटाचा वाटे. कारण त्या माणसाला चटक लागलेला अंमली पदार्थ न मिळाल्यामुळे जर तो मृत्यू पावला तर अनेक समस्या निर्माण होऊ शकत.

या सर्व पार्श्वभूमीवर एक असा उपाय योजण्यात आला– जो अतिशय अभिनव आणि विलक्षण होता. या समस्येवर उपाय शोधून काढण्यासाठी समाजालाच सहकारी बनवले गेले. मी या उपायाला विलक्षण अशासाठी म्हटले की, पुरवठ्याचे मार्ग बंद करण्यासाठी अतिशय परिणामकारक रीतीने रक्षक दल नेमण्यात आले. व्यसनी लोकांवर लक्ष ठेवणारे त्यांचे शेजारी त्यांच्या निश्चित केलेल्या पोलिस अधिकाऱ्यांशी नियमित आणि सतत संपर्क ठेवून राहात. घडणाऱ्या घटनांवर लक्ष ठेवणारे पुरवठा करणाऱ्यांचा छडा लावू पाहणारे हे लोक स्वत:च्या जबाबदारीबद्दल अतिशय दक्ष होते. कायद्याशी वैर करणाऱ्यांची संख्या कमी नव्हती परंतु या दक्ष देखरेखीमुळे पुरवठा कमी झाला. नियंत्रण कक्षाशी सहजतेने संपर्क साधता यावा म्हणून जनतेला खास दूरध्वनी उपलब्ध करून देण्यात आले. आणि या सर्व गोष्टी जाहीरही केल्या गेल्या. या साऱ्या गोष्टींमुळे अमली पदार्थ सहजपणे उपलब्ध होणे नियंत्रणाखाली आले.

या कामासाठी आवश्यक ते प्रशिक्षण पोलिसांना दिले गेलेले नव्हते आणि व्यसनी लोकांशी कसे वागावे याचा काही निश्चित आराखडाही केला गेलेला नव्हता. ज्या व्यसनी लोकांना उपचारासाठी रुग्णालयामध्ये पाठवण्यात येत असे ते बहुतेक जण तेथून पळून जात असत. या सर्व गोष्टींमुळे व्यसनी लोकांशी संबंधित असणारे सर्वचजण असहाय होऊन जात. एका झोपडवस्तीमध्ये १५,००० लोकवस्ती होती येथे वस्ती दाट होतीच खेरीज तेथील गरीब, बेकार, अतिशय

कमी पैसे मिळवणारे जवळजवळ सगळे निरक्षर लोक अमली पदार्थांच्या व्यसनाधीन झालेले होते. प्रत्येक कुटुंबामध्ये बरीच मुले असत आणि ती शाळेत जात नसत. ही झोपडवस्ती बेकायदेशीर असल्यामुळे तेथे कोणत्याही प्रकारच्या सोई सुविधा किंवा आरोग्यसेवा उपलब्ध नव्हती. या प्रकारच्या वातावरणामध्येच अमली पदार्थांचे सेवन करणे, त्यांची विक्री करणे आणि इतर अनेक प्रकारचे गुन्हे घडून येणे सुरू होते. अनेक स्त्रीपुरुष आणि मुले यांच्या दृष्टीने दिवसभर हे अमली पदार्थ विकणे हा एक सोप्या रीतीने पैसे मिळवण्याचा उद्योग बनला होता. परंतु हे पदार्थ विकता विकता ते स्वत:च अमली पदार्थ सेवन करू लागत आणि व्यसनी होऊन जात. या कामामध्ये स्त्रिया व मुले यांचा अधिक उपयोग होऊ लागला होता कारण त्यांना ताब्यात घेतले तर सारी जनताच पोलिसांच्या विरुद्ध आवाज उठवण्यास तयार झाली असती. उत्तर विभागातील इतर झोपडवस्त्यांबरोबरच याही वस्तीतील कारवाई पोलिसांनी थांबवली होती.

यानंतर उत्तर विभागातील पोलिसांनी एक धोरणात्मक निर्णय घेतला. कामाची पद्धत आणि दृष्टिकोन यामध्ये परिवर्तन करण्यात आले. ध्येय होते समाजाच्या सहकार्याने मागणी कमी करणे. अमली पदार्थांच्या व्यसनात अडकलेल्या वस्त्यांमध्ये बैठका आयोजित करण्यात आल्या. कायद्याचा दबाव परिणामकारक रीत्या कसा आणता येतो याचे शिक्षण सहकार्य करण्यास तयार असलेल्या लोकांना देण्यात आले. व्यसनी लोकांच्या पुनर्वसनासाठी हातमिळवणी करून काम करू इच्छिणाऱ्या लोकांसमोर काही प्रस्ताव मांडण्यात आले. दोन्ही धोरणांच्या अंमलबजावणीची सुरुवात करण्याची एकच तारीख जाहीर करण्यात आली होती. गस्त घालण्यासाठी आणि स्त्रीगुन्हेगारांची तलाशी घेण्यासाठी महिला पोलिस अधिकारी नियुक्त केले गेले होते. त्यांना असे स्पष्टपणे बजावण्यात आले होते की, अमली पदार्थांचा व्यापार करणाऱ्या स्त्रियांना ताब्यात घेण्यास अजिबात कचरू नका. काही स्त्रियांना ताब्यात घेतल्याबरोबर आमचा हेतू लोकांना स्पष्टपणे उमगला. यानंतर तेथील रहिवाशांनी पर्यायी व्यवस्थांची मागणी केली. या टप्प्यांवर स्त्रियांनीच केलेल्या मागणीला उत्तर म्हणून लोक कल्याणकारी व्यक्तींच्या मदतीने त्यांना व्यावसायिक शिक्षण देणारी केंद्रे उघडली गेली. अमली पदार्थ विकणारे लोक तुरुंगाच्या किंवा बहिष्काराच्या भीतीने आपली घरे सोडून पळून गेले होते. त्याच घरांमध्ये ही केंद्रे चालवली जाऊ लागली. लहान मुले आणि किशोरवयातील मुलांसाठी औपचारिक आणि अनौपचारिक साक्षरता कार्यक्रम सुरू करण्यासाठी एक शाळा उघडण्यात आली. या विभागातील व्यसनी लोकांना त्यांचा नेहमीचा 'डोस' मिळणे बंद झाले तेव्हा त्यांना वैद्यकीय मदतीची आवश्यकता भासू लागली. ही गरज भागवण्यासाठी उत्तर विभागातील पोलिसांनी दुसऱ्या क्षेत्रातील एका पोलिस चौकीच्या परिसरात

आणखी एक नशा मुक्ती केंद्र उघडण्याचा निर्णय घेतला. नागरिक संघटना आणि शेजाऱ्यांनी चढाओढीने आपआपल्या सेवा उपलब्ध करून दिल्या. या स्वयंसेवकांमध्ये चिकित्सक, समाजसेवक, सल्लागार आणि योगप्रशिक्षक तर होतेच शिवाय औषधांच्या दुकानदारांनी आम्हाला मोफत औषधेही उपलब्ध करून दिली. रुग्णांचे जेवण त्यांची कुटुंबीय मंडळी आणत असत. याप्रमाणे १९८७ मध्ये सर्वात प्रथम एखाद्या पोलिस चौकीमध्ये मोफत नशामुक्ती उपचार केंद्र स्थापन होण्याची घटना घडून आली. येथे ज्या व्यक्तीला व्यसनमुक्त होण्याची इच्छा असेल किंवा जिला यासाठी तयार केले गेले असेल अशा व्यक्तीला चार आठवडे राहणे आवश्यक होते.

या उपचारकेंद्राचे नाव ठेवले गेले– नवज्योति अर्थात नवी आशा. स्थानिक नेते, प्रतिष्ठित नागरिक, पोलिस अधिकारी, व्यसनी लोकांचे कुटुंबीय आणि वस्तीतील रहिवासी यांच्या उपस्थितीत या केंद्राचे उद्‌घाटन दिल्लीच्या पोलिस कमिशनरांच्या हस्ते करण्यात आले.

पोलिस आणि स्थानिक समाज यांच्यामध्ये एक आगळा वेगळा संबंध त्याच दिवशी प्रस्थापित झाला. कोणत्याही भारतीय पोलिस विभागाने सुधारात्मक सामाजिक भूमिकेची जबाबदारी या आधी कधीही घेतली नव्हती. या कार्यक्रमामध्ये सहभागी होण्यासाठी व्यसनी लोक स्वत: आपल्या कुटुंबीयांसमवेत फार मोठ्या संख्येने आले होते. ते स्वत:वर उपचार करून घेण्यास आतुर झाले होते. त्यांना या व्यसनातून स्वत:ची सोडवणूक करून घ्यायची होती. या व्यसनी लोकांच्या मदतीसाठी पोलिस चौकीतील सुरक्षितता, चिकित्सकांची उपस्थिती आणि स्वयंसेवी संस्थांचे योगदान या सर्व गोष्टींनी नवज्योती कार्यक्रमाला एक बांधीव स्वरूप प्राप्त करून दिले. त्यांच्या कुटुंबीयांनी आम्हाला संपूर्ण सहकार्य केले. त्यांच्या नजरेसमोर आशेचा एक असा किरण आला होता ज्याने या किरणच्या आधाराने त्यांच्या घरातील एका दुर्दैवी व्यक्तीला आशेचा मार्ग स्पष्टपणे दाखवला होता.

उत्तर विभागातील पोलिस एकच केंद्र स्थापन करून स्वस्थ बसले नाहीत. पुढील सहा महिन्यांमध्ये अशी आणखी पाच केंद्रे सुरू करण्यात आली. ही सर्व केंद्रे उत्तर विभागामध्ये उघडण्यात आली. तेथे त्यांची आवश्यकता होतीच. अमली पदार्थांच्या संकटाशी सामना करण्यासाठी नागरिकांनी आपला वेळ, आपली सेवा आणि अनेक प्रकारची साधनसामुग्री देऊन मला तर ऋणी करून टाकले.

शारीरिक आणि मानसिक संतुलन राखण्यासाठी १९८७ च्या अखेरपर्यंत डॉक्टरांच्या मदतीने पुन्हा व्यसनाधीन न होण्यासाठीचे उपचार करण्यात आले. त्यानंतर या कामासाठी योगाची मदत घेण्यात येऊ लागली. प्रशिक्षित सल्लागारांनी कुटुंबातील लोकांना अमली पदार्थाच्या व्यसनाच्या समस्येची पूर्ण माहिती दिली.

याच सल्लागारांनी असेही ठरवून टाकले की, प्रत्येक रोग्याच्या व्यक्तिगत समस्या सोडवण्यात याव्यात आणि त्याच्या घरातील लोकांना या व्यसनाशी संबंधित अशा सर्व बारीकसारीक गोष्टीही समजावून देण्यात याव्यात. उपचार पूर्ण झाल्यानंतर घरी परतणाऱ्या रोग्यांसाठी विचारपूस करण्यासाठी गस्तपथके त्यांच्या घरी जात. शेजारपाजारच्या स्वयंसेवकांना या गस्तपथकांमध्ये सामील करून घेतलेले असे. उपचारानंतरही जर एखादा रुग्ण पुन्हा व्यसनाधीन झाला तर हे स्वयंसेवक त्याला पुन्हा केंद्रामध्ये दाखल करण्यास मदत करत. नवज्योतीने हे केले नसते तर हे लोक पुन्हा एकदा अमली पदार्थांच्या आहारी जाऊन पुन्हा गुन्हे, तुरुंगवास, आणि जामीनावर झालेली सुटका यांच्या अटळ अथक चक्रामध्ये अडकून पडले असते. या प्रकाराने अपराध-व्यसन असे आणखी एक चक्र सुरू झाले असते.

सहाही नव्यज्योती केंद्रे व्यावसायिक पद्धतीने प्रशिक्षित लोक आणि स्वयंसेवक चालवत आहेत. या कार्यक्रमास अनेक गैरसरकारी संस्थांनी नेहमीच मदत केली आहे. मानवी संसाधन आणि आर्थिक मदत याखेरीज ही संस्था योग प्रशिक्षण आणि सल्ला-मार्गदर्शन या सेवाही देत आहे.

नवज्योति कार्यक्रमाचे मूल्यमापन करण्याची वेळही लौकरच आली. यासाठी उत्तर विभागातील पोलिस अधिकाऱ्यांची एक बैठक बोलावण्यात आली. या बैठकीमध्ये हे एकमताने मान्य करण्यात आले की, केंद्रांमध्ये होत असलेल्या कामामुळे अमली पदार्थांच्या व्यापाराला मोठ्या प्रमाणावर आळा बसला आहे आणि या कार्यामध्ये पोलिस आणि समाज या दोघांचेही फार मोठे योगदान आहे. नवज्योतीला कायमस्वरूपी रूप देण्यासाठी तिला संस्थेचे स्वरूप देणे आवश्यक होते. उत्तर विभागातील लोकांचे जीवन याच्याशी निगडित असल्याने संयुक्त रीतीने निर्णय घेण्यासाठी तेथील रहिवाशांना एका खुल्या बैठकीसाठी बोलावण्यात आले. या बैठकीला संघटना आणि मदत करण्याची इच्छा असलेल्या नागरिकांनाही आमंत्रित करण्यात आले. 'नवज्योती कार्यक्रमाचे फळ म्हणून एका निराशाजनक परिस्थितीवर थोडेफार तरी नियंत्रण मिळवता आले आहे.' यावर सर्वांचे एकमत झाले. अमली पदार्थांच्या खरेदी विक्रीवर बंधन पडल्याने संपत्ती संबंधित गुन्ह्यांचे प्रमाणही कमी झाले. हे अपराध विशेषत: व्यसनी माणसांकडूनच घडत असत. संस्थेचे स्वरूप देण्यासाठी नवज्योती ही संस्था नोंदणीकृत करावी असे ठरले. आवश्यकता असेल त्याप्रमाणे पैसे देण्याची वचनेही दिली गेली. या बैठकीच्या वेळीच अनेक लोकांनी दानाच्या स्वरूपात पैसे दिले.

५ जानेवारी १९८८ या दिवशी सुधारणा, नशामुक्ती आणि पुनर्वसन या ध्येय धोरणाखाली नवज्योती दिल्ली पोलिस संस्थेची नोंदणी करण्यात आली. दिल्लीचे कमिशनर पदसिद्ध अध्यक्ष व मी महासचिव म्हणून नियुक्त केले गेलो.

जे पोलिस अधिकारी सहा पोलिस चौक्यांमध्ये केंद्रे चालवण्यास मदत करत होते. त्यांना संस्थापक सदस्य बनवण्यात आले. सर्व दाने, रोख किंवा इतर कोणत्याही प्रकाराने मिळालेली मदत यांचा हिशोब मांडल्यावर लक्षात आले की, नवज्योती स्वावलंबी झाली आहे. चिकित्सक, योगप्रशिक्षक, मनोवैज्ञानिक, सल्लागार, चोवीस तास देखभाल करण्यासाठी निरीक्षक आणि व्यसनी लोकांच्या घरी जाऊन त्यांच्याशी संवाद साधणारे लोक यांना त्यांच्या त्यांच्या जबाबदाऱ्यांप्रमाणे नेमण्यात आले. प्रशासन व हिशेब या कामासाठीही माणसे नेमण्यात आली.

या कामाला ही स्वरूप देण्यामध्ये काहीच अडचणींना तोंड द्यावे लागले नाही असे नाही. केंद्रीय व राज्य सरकारच्या समाज कल्याण खात्यांनी सर्वात अधिक विरोध केला. ही समस्या सोडवण्याचे काम पोलिसांचे नाही असे त्यांचे मत होते. 'जर आम्ही हे काम करू शकत नसलो तर ते करण्याचा दुसऱ्या कोणालाही अधिकार नाही.' असे त्यांचे ठाम म्हणणे होते हे मी खात्रीलायकपणे सांगू शकते. पोलिसांनी केलेल्या प्रयत्नांना दुसरा कोणताही पर्यायी मार्ग न सुचवताच त्यांनी पोलिसांच्या कार्यावर टीका केली. लोकमत आमच्या बाजूचे होते. उत्तर विभागातील पोलिसांनी आपले काम चालूच ठेवले.

हे काम स्वयंसेवक करत असल्याने त्यांचा उत्साह टिकवून धरणे फार महत्त्वाचे होते. कितीतरी वेळा असे झाले की, आमचे पैसेच संपून गेले. हे काम सर्वात कठीण होते परंतु सर्व पोलिस अधिकाऱ्यांना वाटत होते की, अमली पदार्थांच्या प्रश्नाला आळा घालणे आणि समाजाला मदत म्हणून हे काम करणे आवश्यक आहे.

पहिली पाच वर्षे नवज्योति संस्था समाजाने गोळा करून दिलेल्या पैशाने काम करत होती. यानंतर समाजकल्याण खात्याने एक लहानसे अनुदान दिले. याप्रकारे अखेरीस नवज्योती केंद्रांना मान्यता मिळाली. आज दहा वर्षांनंतर नवज्योतीजवळ स्वत:ची गंगाजळी आहे.

काहीही पैसे न घेता नवज्योतीने ९००० व्यसनी लोकांना व्यसनमुक्त केले आहे. नवज्योतीची ध्येये खूप व्यापक आहेत. त्यामध्ये मागणी कमी करणे आणि दुष्परिणामांपासून वाचवणे या गोष्टी अंतर्भूत आहेत.

मागणी कमी होण्यासाठी शैक्षणिक, सांस्कृतिक आणि सामाजिक पर्यायांचा उपयोग केला जातो. दुष्परिणामांपासून वाचवण्यासाठी व्यसनी लोकांकरिता उपचार, पुनर्वसन आणि समाजकल्याण यासारखे कार्यक्रम राबवले जातात. याचे मुख्य ध्येय आहे, समाजाला नशासंबंधित समस्यांपासून वाचवणे. नशा न करता किंवा मानसिक उत्तेजना देणाऱ्या औषधांचे साह्य न घेता जगले तर एका चांगल्या पद्धतीने जीवन जगता येते. अशा जीवनासाठी आवश्यक असलेले नशामुक्त

वातावरण निर्माण केले तर त्या वातावरणामध्ये एक सकारात्मक आधारशिला स्थापन करता येते.

नवज्योति कार्यक्रमामध्ये मनोवैज्ञानिक– सामाजिक सिद्धांतांचे पालन केले जाते. यामध्ये इतर तज्ञांबरोबर होमियोपॅथीच्या तज्ञांचीही मदत घेतली जाते. नवज्योति कार्यक्रमामध्ये रासायनिक पदार्थांचा किंवा कोणत्याही 'ऐवजी' वस्तूचा वापर केला जात नाही. व्यसनी रुग्णाला जेव्हा त्यांच्या शरीरात भिनलेल्या विषापासून मुक्त करण्यात येत असते तेव्हा तो चिडचिडा झालेला असतो. वास्तवाला सामोरे जाण्यास कचरत असतो. मानसिक स्तरावर तो स्वत:ला वाचवण्याचा प्रयत्न करत असतो. हे त्याच्यावर आलेले फार मोठे संकट असते. यावेळी अनेक रुग्णांना मरून जावेसे वाटू लागते, त्यांच्यामध्ये लढण्याची हिंमतच उरलेली नसते. ते स्वत:ला तुच्छ समजू लागतात. यावेळी या व्यसनी रुग्णांना सल्लागारांकडून फार मोलाची मदत मिळते. या स्थितीमधून बाहेर पडण्यासाठी ध्यान, स्वत:ला तणाव-मुक्त करणे, आश्वासन, प्रेरणा देणे असे उपचार केले जातात. विषमुक्त झालेले रुग्ण नव्या रुग्णांबरोबर बसून गप्पा मारतात, स्वत:चे अनुभव सांगतात.

नवज्योतीमध्ये ज्ञान देण्याच्या पद्धतीवर भर दिला जातो. कार्यशाळा, संवाद, संभाषण आणि सामूहिक विचारविनिमय असे कार्यक्रम आखले जातात. या बैठकांमध्ये रुग्णांचा परिचय सामाजिक वर्तनातील कौशल्य आणि स्वयंपूर्ण वर्तन या गोष्टींशी करून देण्यात येतो. त्यांना लैंगिक संबंधांबाबतही अधिक माहिती देण्यात येते.

सल्लागार रुग्णाशी खालील विषयांवर चर्चा करतात.

१) निर्णय कसे घ्यावे?

२) सकारात्मक दृष्टीने जीवनाकडे पाहणे आणि सामाजिक संबंधांचा विकास.

३) कुटुंबातील व्यक्तींशी पुन्हा संबंध प्रस्थापित करणे आणि अमली पदार्थाचे व्यसन न लागलेल्या जुन्या मित्रांना भेटणे.

४) अर्धे राहिलेले शिक्षण किंवा सोडलेली नोकरी पुन्हा सुरू करणे.

५) वास्तवाचा सामना करताना पळून न जाणे.

६) पुन: व्यसनाच्या आधीन होऊ नये म्हणून अशा संबंधित बाबी ध्यानात ठेवणे किंवा व्यसनाधीन होण्याची शक्यता असलेल्या सर्व परिस्थितींपासून दूर राहणे.

हे उपचार चालू असताना रोगी बऱ्याच वेळा उदासीनता, निष्क्रीयता या भावनांच्या आहारी जातात किंवा मग आपल्या कुटुंबीयांच्या साध्या सुध्या बोलण्यालासुद्धा स्वत:वर केलेली टीका मानू लागतात. अशा क्षणी रुग्णांना

मदतीची आवश्यकता असते.

नवज्योती संस्थेने कुटुंबीय सेवाही सुरू केली. या कार्यक्रमाच्या अंतर्गत रुग्णाच्या कुटुंबीयांना स्वत: मदत करणे शिकवले जाते. याचे उद्दिष्ट असे आहे की, व्यसनमुक्त झालेल्या व्यक्तीला पुन्हा एकदा समाजामध्ये स्थान मिळवून देणे. यासाठी १८० दिवसांचे निरीक्षण सत्र चालवले जाते. यामध्ये वैद्यकीय मदतीच्या बरोबरच कौटुंबिक सुखदु:खे मोकळेपणाने सांगता यावी यासाठी वातावरण निर्माण करणे आणि एकटेपणाची भावना दूर करणे यासाठी बैठकांचे आयोजन करण्यात येते.

पुनर्वसन हे माझ्या दृष्टीने अंतिम ध्येय नाही. नवज्योती कार्यक्रमामध्ये अमली पदार्थांच्या व्यसनी लोकांकडे पाहण्याचा दृष्टिकोन ही गोष्ट तात्त्विक पातळीवर अधिक महत्त्वाची मानली गेली आहे. अमली पदार्थांवर अवलंबून राहाणे हा माणसाचा एक अनुभव असतो, त्या अमली पदार्थाचा तो एखादा विशेष गुण असतो असे नव्हे– असे माझे मत आहे. रोग विज्ञानापेक्षा व्यक्तिगत खंबीरपणाला अधिक महत्त्व देऊन हा कार्यक्रम चालवणे योग्य आहे असे मला वाटते. अखेरीस लोकांचे वर्तन हे उपलब्ध असलेल्या साधनांवरच तर अवलंबून असते आणि समाज ही एक अडचण किंवा वाटेमधील अडथळा आहे असे मी मानत नाही, तर ते एक साधन आहे असे मी समजते.

नवज्योतीने जे काम सुरू केले आहे ते अतिशय कठीण आणि आव्हानांनी भरलेले असे आहे. व्यसनी लोकांवर उपचार करणे आणि त्यांचे पुनर्वसन करणे या प्रक्रियेची संपूर्ण अंतर्शक्ति उपयोगात यावी यासाठी नव्या नव्या शक्यतांचा विचार करणे आवश्यक आहे.

आयुर्वेद हे भारताचे बलस्थान आहे परंतु दुर्दैवाची गोष्ट अशी की, आपण आता ही शक्ती गमावू लागलो आहोत. ॲलोपथीमध्ये रुग्णाची तपासणी अनेक परीक्षा चाचण्यांच्याद्वारे करता येते आणि आयुर्वेदाच्या साह्याने कोणताही वैज्ञानिक निष्कर्ष काढता येत नाही हे खरे आहे. परंतु आयुर्वेदिक औषधे घेतल्याने रुग्णाच्या मनात एक जिव्हाळा, एक समाधान निर्माण होते. ज्यांना चिकाटी असते, धीर असतो तेच लोक या पद्धतीने उपचार घेतात. दंतरोगांचा उत्तम उपाय आयुर्वेदामध्ये आहे हे मला माहीत आहे. परदेशामध्ये विशेषत: अमेरिकेसारख्या विकसित देशामध्ये आपल्या झाडपाल्याच्या औषधांमध्ये विशेष उत्सुकता निर्माण झाली आहे. त्यांना हे जाणवले आहे की, या उपचार पद्धतीमध्ये कोणतेही दुष्परिणाम नाहीत. परंतु आपल्याकडील लोकांना अजून या पद्धतीबद्दल फारसा उत्साह नाही. या औषधांच्या आवरणाकडे आणि प्रचार प्रसाराकडे अजिबात लक्ष दिले जात नाही. या उपचारपद्धतीच्या विकासासाठी खास प्रयत्न केले जाणे

आवश्यक आहे.

नवज्योती नशामुक्ती केंद्रामध्ये आम्ही होमियोपॅथीच्या मदतीने व्यसनी रुग्णांवर इलाज करतो. व्यसनातून मुक्त होत असणाऱ्या रुग्णांना केंद्रामध्ये ४० दिवस ठेवण्यात येते परंतु संपूर्ण इलाज वर्षभर चालतो. व्यसनमुक्त झालेल्या पुरुषांनी व्यसन सोडून एक-दोन-तीन वर्षे पूर्ण झाली की, त्यांचा जन्मदिन साजरा केला जातो. हे एक वेगळेच विश्व आहे. कितीतरी लोक व्यसनमुक्त होऊन नवज्योतीशी बांधले गेले आहेत. 'मी व्यसनी होतो' ही कबुली सर्वांसमोर देण्यास ते कचरले नाहीत. जन्मदिनी ते व्यासपीठावर येऊन स्वत:ची आधीची आणि आत्ताची परिस्थिती सर्वांना सांगतात. गेल्यावर्षी नवज्योती केंद्रामध्ये एक घटना घडली. तेथे २२ फेब्रुवारी १९९६ या दिवशी एका 'सक्षम संघाची' स्थापना झाली. या संघाची स्थापना व्यसनी लोकांच्या कुटुंबीयांना नजरेसमोर ठेवून करण्यात आली होती. हे कुटुंबीय नवज्योतीच्या सभांमध्ये भाग घेऊन स्वत:च स्वत:ला साह्य करण्याइतके समर्थ बनले होते. या सर्व समर्थ व्यक्तींनी फक्त स्वत:लाच सक्षम केले असे नाही तर स्वत:मधील सुप्त क्षमतांना एकत्रित करून इतर लोकांच्या साह्यासाठी काही ध्येय, काही कार्यक्षेत्रे आणि कार्यपद्धतीही निश्चित केल्या. आता हे सर्व जण या क्षेत्रांमध्ये कार्यरत आहेत.

नवज्योती सक्षम संघ फक्त कौटुंबिक सुखदु:खांमध्ये सहभागी होतो असे नाही तर उपचार घेत असलेल्या व्यक्तीच्या कुटुंबीयांना तीन महिन्यातून एकदा पिकनिकला किंवा बाहेरच्या वेगळ्या वातावरणामध्ये हिंडवून आणतो. समस्येच्या मुळाशी पोचण्यासाठी, संबंध मजबूत करण्यासाठी किंवा एकटेपणाची भावना दूर करण्यासाठी 'सक्षम संघाने' स्वत:च काही ध्येये निश्चित केली आहेत. ही ध्येये पूर्ण करण्यासाठी फार निष्ठेने काम केले जाते. रत्नाकर नावाचा डाकूच वाल्मिकी ऋषी बनला आणि त्याने नंतर रामायण लिहिले. आपण जेव्हा कोणाचे प्राण वाचवतो तेव्हाच जीवन किती मौल्यवान आहे याची आपल्याला जाणीव होते.

नशामुक्ती केंद्र फक्त पुरुषांसाठी काम करते हे मान्य. परंतु झोपडवस्तीमधील मुले व महिलांसाठी देखील शिक्षण, आरोग्य, मनोरंजन, कुटिरोद्योग आणि व्यावसायिक प्रशिक्षण अशासारखे कार्यक्रम राबवले जातात. यमुना बंधाऱ्यामध्ये ७०० मुलांसाठी प्राथमिक शिक्षणाची मोफत सोय करण्यात आली आहे. मुलांचे गणवेश पुस्तके, वह्या इत्यादी वस्तू देखील नवज्योतीच पुरवते. प्रौढ शिक्षण, कायद्याचे शिक्षण आणि व्यवसाय शिक्षणाचे अनेक कार्यक्रम महिलांसाठी आयोजित केले जातात. अलीकडेच दिल्ली कलाकर्म संस्था आणि इकबाल मलिक यांच्या सहकार्याने किशोरवयीन मुलींना रिसायकल केलेल्या हातकागदापासून अनेक वस्तू बनवण्याचे शिक्षण देणे सुरू केले आहे. या वस्तूंच्या विक्रीतून या मुलींना

पैसे कमावता येतील. दिल्लीच्या जनसेवा केंद्राने आपल्या सोलन येथील कारखान्यामध्ये दोन माग बनवून आम्हाला दिले आहेत. या मागांवर विणण्याची कला स्त्रियांना शिकवून आम्ही त्यांना आर्थिक दृष्टीने सक्षम बनवणार आहोत. हा कार्यक्रम जहांगीरपुरी केंद्रामध्ये राबवला जात आहे. १० जानेवारी १९९७ ला जहांगीरपुरी केंद्रामध्ये एक पाळणाघर उघडण्यात आले. या पाळणाघरामध्ये ज्या बालकांचे आई आणि वडील दोघेही तुरुंगामध्ये आहेत अशा बालकांची देखभाल केली जाते. अशा परिस्थितीमध्ये मुलांची अवस्था अतिशय वाईट होते, त्यासाठीच मी अशा अपराधांचे परिणाम भोगणाऱ्या निरपराध बालकांसाठी केंद्र स्थापन केले आहे. कपडे, पुस्तके, खेळणी याबरोबरच मुलांना खाणे पिणे व्यवस्थित मिळत आहे ना, त्यांच्या शिक्षणामध्ये काही अडचणी येत नाहीत ना ह्या गोष्टींवर लक्ष ठेवण्यासाठी एक स्थानिक पालक नेमला जातो. हा पालक मुलांच्या घरीही जातो. त्यामुळे मुलांच्या नातेवाईकांवरही त्याचे लक्ष राहते. काही वेळा या मुलांना घरच राहत नाही. तेव्हा त्यांची व्यवस्था निवासी शाळांमध्ये केली जाते.

मॅगसेसे पुरस्कार मिळाल्यानंतर माझे बळ वाढले तेव्हा मी कैद्यांच्या कल्याणासाठी तिहार कारागृहामध्ये एक बेकरी सुरू केली होती. या व्यवसायातून मिळणारा सारा पैसा कैद्यांच्या कल्याणासाठी खर्च केला जावा अशी सोय केली होती. दुसरी गोष्ट म्हणजे कृषी मंत्रालयाच्या सहकार्याने मी तिहारमध्ये एक रोपवाटिका, पॉलीग्रीन हाऊस आणि प्रशिक्षण केंद्राची स्थापना केली. या योजना कायमस्वरूपी आहेत आणि या योजनांचा फायदा कैद्यांना सतत होत राहील.

'इंडिया व्हिजन'चे ध्येय आहे, शिक्षा देणाऱ्या न्यायव्यवस्थेकडून पुनर्निमाण पुनर्वसन करणाऱ्या न्यायसंस्थेकडे विकसित होणे. गुन्हेगारांना आपण समजून घेऊ शकू, सांभाळून घ्यायला लागू तेव्हाच आपली न्यायव्यवस्था पुनर्वसन करणारी न्याय व्यवस्था बनेल. आमचे अंतिम ध्येय आहे– पुढच्या बळीला वाचवणे.

इंडिया व्हिजन फाऊंडेशनने ग्रामीण विभागातही काम सुरू केले आहे. हरियाणामधील भोंडसी या गावामध्ये ग्रामपंचायतीच्या कचेरीमध्येच महिलांना आर्थिकदृष्ट्या सक्षम बनवण्यासाठी साक्षरता कार्यक्रम, नशामुक्ती कार्यक्रम आणि व्यावसायिक प्रशिक्षण देण्यास सुरुवात झाली आहे. येथे क्रीडा प्रकारांना प्रोत्साहन देण्याचेही अनेक कार्यक्रम राबवले जातात.

पोलिस सेवेमध्ये भरती होण्यासाठी मी जेव्हा अर्ज भरत होते तेव्हा 'धर्म' या रकान्यामध्ये मी लिहिले होते, 'मानवता'. मी तेव्हा वीस वर्षांची होते आणि मी हिंदू आहे की, शीख हेही मला माहीत नव्हते. परीक्षेच्या वेळी मला विचारण्यात आले, तुम्ही काय आदमची मुलगी आहात?'

माझ्या आयुष्यातील अनेक गोष्टी जगाच्या दृष्टीने विलक्षण आहेत. माझ्या

वैवाहिक जीवनाबद्दलही अनेक प्रकारे बोलले जाते. आमच्या लग्नाला चोवीस वर्षे झाली आहेत. आम्ही दोघे एकमेकांचे आहोत हे आम्हाला दोघांनाही माहीत आहे. आमची प्रेमकहाणी टेनिस कोर्टवर सुरू झाली– ती अजूनही चालूच आहे. लग्नानंतरचे पहिले पाच महिने फक्त आम्ही एकत्र राहिलो. त्यानंतर आम्ही विचारपूर्वक जे ठरवले होते तेच घडले. मी पोलिससेवेमध्ये अचानक, काही कारण नसताना आलेली नाही. मला या कामाबद्दल आत्यंतिक जिव्हाळा आणि प्रेम आहे. त्यावेळी मी पोलिससेवेतील एकटी स्त्री होते, तरीही मला कधी एकटे वाटले नाही. मी नेहमीच प्रत्येक घटनेच्या मध्यभागी असते. किनाऱ्यावर कधीच नसते. माझे वडील, चारही बहिणी, आता अनूचा मुलगा आदित्य, माझी मुलगी, माझे पती ब्रिज सर्वजण टेनिस खेळतात. माझा विकास एक व्यक्ती म्हणून झाला आहे, एक मुलगी किंवा एक मुलगा म्हणून नाही. मी पोलिस अधिकारी असूनही समाज सेवेमध्ये गुंतलेली असते म्हणून अनेकांना आश्चर्य वाटते. जेव्हा मला दिसते की, प्रचंड क्षमता आणि असंख्य संधी मिळूनही अगदी अल्पसंख्येने महिला उच्चतम स्थानी पोचतात तेव्हा मला फार दु:ख होते. स्त्रियांसाठी आरक्षण हवे याचे समर्थन मी अशासाठी करते की, वर्षानुवर्षे बंदिस्त ठेवल्या गेलेल्या पायदळी तुडवल्या गेलेल्या महिलांना पुरुष आपल्या बालेकिल्ल्यांमध्ये कधीच घुसू देणार नाहीत. म्हणूनच तर हे आरक्षण सरकारला द्यावे लागेल. आपल्या संस्कृतीवर होणाऱ्या पश्चिमेच्या आक्रमणाला विरोध स्त्रियांनाच करावा लागणार आहे. चारी बाजूंना पसरलेल्या अश्लीलतेलाही त्यांनाच रोखावे लागणार आहे.

अलीकडे २४ मेला नवज्योती केंद्रामध्ये व्यसनमुक्त झालेल्या चार युवकांचा जन्मदिवस साजरा करण्यात आला. स्वत:चा स्वीकार, विडंबन गीतांचे गायन (‘अफसाना लिख रही हूँ’ या गीताचे ‘खाना बना रही हूँ तेरे भाईजानका’ असे विडंबन) इत्यादी कार्यक्रमांच्यानंतर जी विशेष माहिती सर्वांना देण्यात आली त्यामुळे साऱ्यांचे मन हेलावून गेले. यू.एन्.डी.सी.पी. ने घोषणा केली की, ज्या कुटुंबातील एखादी व्यक्ती नशामुक्त होण्यासाठी उपचार घेत असेल त्या कुटुंबाला प्रशिक्षण देण्याची व्यवस्था केली जाईल. हे प्रशिक्षण एका वर्षाचं असेल. या कार्यक्रमासाठी जपानमधील शाळकरी मुलांनी अभूतपूर्व योगदान दिले आहे. या मुलांनी एक दिवस दुपारचे जेवण न घेता, जमलेले तीन लाख पन्नास हजार रुपये नवज्योती केंद्रास या प्रशिक्षणासाठी दिले आहेत. अशा प्रकारची मदत जेव्हा जेव्हा गरज पडली तेव्हा तेव्हा मिळाली आहे. सर्वात अधिक मदत आम्हाला महिला आणि मुले यांच्याकडून मिळते आणि तेच तर आमचे खरे कल्याणकारी अधिकारी आणि संरक्षक आहेत.

□

पोलिस सुधारणेची आवश्यकता

मी जेव्हा पोलिसात भरती झाले तेव्हाच मी निश्चय केला होता की, समाजात घडणारे गुन्हे थांबवणे किंवा कमी करणे यासाठी मी काही ना काही नक्कीच करीन. तेव्हाच मी हेही ठरवले होते की, मी जे काही करीन ते सर्वसामान्य माणसाला बरोबर घेऊन करीन.

आज मी खात्रीपूर्वक सांगू शकते की, एक पोलिस अधिकारी या नात्याने मी एखाद्या राजकारणी नेत्याहून अधिक उपयोगी असे काम करू शकते. राजकारणी नेते पोलिसांना कामच कोठे करू देतात? नागरिकांची सेवा करावी, त्यांची सुरक्षा सांभाळावी अशी त्यांची कितीही इच्छा असली तरी उच्चपदस्थ लोकांच्या भ्रष्ट वर्तनामुळे ते काहीही करू शकत नाहीत. पोलिसदलामध्ये भ्रष्टाचार नाही असे अजिबात नाही परंतु आज प्रकाशात आलेल्या राजकीय नेत्यांच्या भ्रष्टाचाराइतकाच तोही निंद्य आहे. खेळाचे मैदान आणि पोलिसांचे काम यामध्ये एक अतूट असा अर्थपूर्ण संबंध आहे. खेळाच्या मैदानामध्ये खेळाडू धोके पत्करतो, निर्णय घेतो आणि न्यायाचे वर्तन करतो. याच मैदानात त्याला गुण अंगी बाणवून घेण्याचे प्रशिक्षण आणि संधी मिळते. खेळाच्या मैदानावर तुम्हाला कोणाच्याही परवानगीची, स्वीकृतीची जरूर नसते. पोलिसांच्या कामामध्ये हे सारे गुण अंगी असणे अनिवार्य नाही असे कोण म्हणू शकेल? पोलिस कारवाईमध्ये तात्काळ निर्णय घ्यावे लागतात हे कोणाला माहीत नाही? त्या निर्णयाच्या क्षणी तुम्ही तुमच्या वरिष्ठ अधिकाऱ्यांची मंजुरी मागण्यास जात नाही. तुम्ही कोणाच्याही परवानगीसाठी आणि स्वीकृतीसाठी मागे फिरत नाही. शेवटी पोलिसांचे काम काय आहे? सुधारणा आणि परिवर्तन घडवून आणण्याची शक्ती.

आपल्या पोलिस दलाचा विकास एक न्यायसंगत दल, एक व्यावसायिक, प्रामाणिक दल या रूपामध्ये केला गेला नाही हे आपले दुर्भाग्य आहे. जर असे घडले असते (किंवा अजून घडवून आणता आले तर) आपल्या देशातील

लोकांना अधिक चांगला न्याय मिळाला असता (किंवा मिळू शकेल.) मी नेहमीच कठोर निर्णय घेतले आहेत. मी नेहमी विवादाच्या चक्रामध्ये अडकलेली असते याचे कारण बहुधा हेच असेल. जर तुम्ही निष्क्रीय बनून बसून राहिलात तर विवादाची वेळच येणार नाही.

आपल्या देशाच्या प्रशासनामध्ये सत्य आणि न्याय यावर निष्ठा असण्यावर विश्वास असणारे लोक पाहिजे आहेत. याखेरीज हे प्रशासक सक्षम, व्यावसायिक दृष्टीचे, काम करणारे असणेही आवश्यक आहे. या सर्व गुणांचे एकत्रित असणे फार महत्त्वाचे आहे. सत्यनिष्ठा असणे या एकाच गोष्टीला काही अर्थ नसतो. जेव्हा तुम्ही समस्यांची उत्तरे शोधून काढता तेव्हा सत्यनिष्ठा सार्थ ठरते. विकासाच्या सर्व शक्यता समाजाच्या सहभागावर अवलंबून आहेत.

पोलिसांच्या बाबतीत सर्वसामान्य जनतेचे असे मत आहे की, पोलिस बऱ्याच वेळा भ्रष्टाचारी असतात परंतु कधी कधी ते कौशल्याने काम करतात. पोलिसांवर अनेक दबाव असतात आणि सर्वसाधारणपणे पोलिस कर्मचाऱ्यांची संख्या पुरेशी नसते यात काही संशय नाही.

सर्वसामान्य जनतेचे असेही मत आहे की, एखादी गोष्ट पोलिसांपर्यंत पोचली की, तिच्या कारवाईमध्ये गरीब आणि श्रीमंत यांच्याशी पोलिसांचे वर्तन समान नसते. पोलिस कर्मचाऱ्यांवर योग्य त्या जबाबदारीने कामे सोपवली जात नाहीत. ठोस कामाऐवजी जनसंपर्कावर अधिक लक्ष केंद्रित केले जाते.

भविष्यामध्ये पोलिसांच्या सामाजिकरणाखेरीज पोलिस दलाचे पृथक्करण करणे जरुरीचे आहे. पोलिसांनी शिक्षा करण्यापेक्षा सुधारणा करण्याचे काम करणे अधिक महत्त्वाचे आहे. पोलिसांच्या या कामामध्ये सहकार्य करणे हे समाजाचे कर्तव्य आहे. दर सहा महिन्यांनी अशा कामांचे मूल्यमापन करण्यात आले पाहिजे. या प्रकारच्या कामासाठी सुप्रसिद्ध विद्वान, लेखक आणि कवींचे सहकार्य मागितले गेले पाहिजे.

पोलिसांच्या उच्च स्तरावरील कर्मचाऱ्यांना दूर ठेवून एक विवेकपूर्ण मानव संसाधन धोरण तयार केले गेले पाहिजे असे माझे मत आहे.

ब्लू लाईन बसेसचे उदाहरण घ्या. या बसेसमुळे एक सार्वजनिक गरज भागवली जाते हे कबूल आहे. परंतु ही गरज भागवण्याची किंमत आपण कोणती देत आहोत याचा थोडा विचार करा. या दुर्दैवी परिस्थितीची संपूर्ण जबाबदारी, व्यवस्था, राजकारणी कार्यकर्ते, परिवहन विभागाचे संचालक आणि सर्वसामान्य जनता यांच्यावरच येते. एका सामूहिक जबाबदारीचे फळ म्हणून त्या सामूहिक वैफल्याला आपल्याला तोंड द्यावे लागत आहे. या परिस्थितीवर नियंत्रण ठेवण्यामध्ये पोलिस एक महत्त्वाची भूमिका पार पाडू शकतात. खरी गोष्ट काय आहे हे

सर्वांनाच माहीत आहे.

काही वर्षांपूर्वीपर्यंत लोकांचा असा समज होता की, समाजातल्या विसंगत गोष्टींच्या मागे कार्यरत असणाऱ्या लोकांची माहिती सामान्य माणसाला मिळू शकते तर मग पोलिसांना ती का मिळू नये? आता स्थिती बदलली आहे. वाईट कामांच्यामागे असणाऱ्या व्यक्तींचे बुरखे उतरले आहेत. त्यांच्या जागी नवीन व्यक्ती येऊ शकत नाही आहेत याचेच दु:ख आहे. यामागे राजकारण एका छुप्या पद्धतीने काम करत आहे. हवाला घोटाळ्याचे उदाहरण घ्या. जवळजवळ प्रत्येक राजकीय पक्षामधील एक तरी व्यक्ती कोणत्या ना कोणत्या संदर्भामध्ये या प्रकरणामध्ये गुंतलेला आहेच. आणि म्हणूनच अंत:स्थ हेतू असा की, चोर आपल्या जागीच राहावा, त्याला तेथून हलवण्यात येऊ नये. अडचण ही आहे की, चुकीचे काम करण्याऱ्या व्यक्तीच्या जागी आणण्यास योग्य अशी दुसरी व्यक्तीच नाही. आज पैसा ही सर्वात मोठी ताकद बनली आहे. या पैशाच्या शर्यतीमध्ये गुंड आणि बदमाश लोकांचा फार मोठा हात आहे. आज एवढे जरी निश्चित करण्यात आले की, पैसे खर्च न करता निवडणुका लढवल्या जातील तरीही चांगल्या लोकांचा एक गट पुढे येऊ शकेल. सभ्य माणूस आज भररस्त्यावर घडणाऱ्या विसंगतीचा साक्षीदार तर असतो परंतु त्याच्या हातात ना पैसा ना ताकद. म्हणून तो असे समजत असतो की, फुटपाथवर गप्प उभे राहणेच योग्य आहे. कारण प्रशासनामध्ये नैतिकता उरलेलीच नाही. नैतिकता आणि प्रशासन यामध्ये कोणतेही निश्चित केलेले संबंध नाहीत. आज पोलिसदलामध्ये चांगल्या कौटुंबिक वातावरणातील सुशिक्षित युवक युवती भरती होत नाहीत याचे कारण काय असेल? माझ्या मते याचे मुख्य कारण असे आहे की, आज रक्षकाचा वापर राष्ट्रांसाठी केला जात नाही आहे तर राजकारणासाठी केला जात आहे. मानवतेचे रक्षक भक्षक बनले आहेत. याची जबाबदारी पोलिस विभागाची आहे तशीच सामान्य माणसाचीही आहे. आज परिस्थिती इतकी स्फोटक आहे की, वेळच्या वेळी जर काही केले नाही तर ही स्थिती आणखीच बिघडून जाईल.

सर्वसामान्य जीवनाच्या प्रत्येक क्षेत्रामध्ये होत असलेल्या अवमूल्यनाचे कारण आहे स्वार्थ. स्त्रियांच्या दु:खाचे मुख्य कारण आहे अज्ञान. पोलिसांची आपली स्वत:ची अशी एक वेगळी उपसंस्कृती आहे हे एक वेळ मान्य केले, तरी स्त्रियांनी संघटितपणे आपली तक्रार नोंदवणे जरुरीचे आहे. आपल्या तक्रारीचे पुढे काय झाले ते जाणून घेण्यासाठी सुद्धा एखाद्या संघटनेची मदत घेतली पाहिजे. कधीही कोणतेही चुकीचे काम किंवा अन्याय सहन केला जाता कामा नये. पोलिस दल हा एकच विभाग असा आहे की, ज्यामध्ये विकास आणि सुधारणेच्या व्यापक शक्यता आहेत. याच ठिकाणी कर्मचाऱ्यांना विशेष अधिकार

प्रदान करणे शक्य आहे. ज्या अधिकारांच्या साह्याने आम्ही लोकांच्या तक्रारी, अडचणी दूर करू शकतो. प्रशिक्षणाच्या काळात मी माझ्या पुरुष सहकाऱ्यांच्या बरोबरीने त्यांच्याबरोबर सर्वच कार्यक्रमांमध्ये भाग घेत असे, त्याच वसतिगृहामध्ये राहत असे. सुरुवातीला काही जणांनी मला स्वीकारले नाही– त्यांना टेनिस कोर्टवर मी ६-०, ६-० असे पराभूत करत होते तरीही. परंतु गौतम कौल, वेद मरवाह आणि पी. आर. राजगोपाल, सारख्या वरिष्ठ अधिकाऱ्यांनी तर मला फील्डमध्ये काम करण्याचीही संधी दिली.

काम करणाऱ्या कर्मचाऱ्यांशी माझे संबंध नेहमीच खास राहिले आहेत. याचे एकच कारण आहे. मी त्यांना नेहमी अगदी व्यावहारिक आणि सोपे आदेश दिले. मी स्वत: जे काम करू शकणार नाही ते मी त्यांना कधीही करायला सांगितले नाही. कर्मचाऱ्यांना जागरूक तत्पर ठेवण्यासाठी मी दिल्या गेलेल्या आदेशांवर नेहमीच बारीक नजर ठेवली.

तुम्हाला तुमच्या देशाची सेवा करावयाची असेल तर पोलिस दलात भरती व्हा. पोलिस दलामध्ये आम्हाला मोठ्या संख्येने युवक युवतींची जरूर आहे. हे युवक युवती अशा कुटुंबांमधून आलेले असणे आवश्यक आहे, ज्या कुटुंबांमध्ये मुळातच न्याय, प्रामाणिकपणा आणि उच्चनीतीमूल्ये पाळली जातात. तुम्ही तुमच्या देशाच्या विकासासाठी समर्पण भावनेने काही करू इच्छित असाल तर भारतीय पोलिस सेवा हे एक आदर्श स्थान आहे. समाजासाठी काही कार्य करण्यासाठी तुम्हाला येथे योग्य आणि उत्तम संधी मिळेल.

आज पोलिसदल एखाद्या जखमी घोड्यासारखे आहे हे अगदी खरे आहे. हा घोडा वेगाने पळेल अशी आशा तुम्ही करूच शकत नाही. परंतु पोलिसदल हा एकमेव विभाग आहे जेथे तुम्ही परिस्थिती सुधारण्याची शक्ती बाळगू शकता. माझ्याकडे कोणीही आपली व्यक्तिगत समस्या घेऊन आला तरी मला असे कधीही सांगावे लागत नाही की, 'माफ करा मी तुम्हाला मदत करू शकत नाही.'

पोलिसांच्या बाबतीतील माझी मते अगदी स्पष्ट आहेत. पहिली गोष्ट ही की, पोलिस आयुक्तांची नेमणूक सत्ताधारी पक्षाकडून होता कामा नये. या पदावरील नियुक्ती गृहमंत्री, उच्च न्यायालयातील एक न्यायाधीश आणि एक समाजशास्त्रज्ञ यांच्या समितीने चार वर्षांसाठी करावी. या समितीला हाही अधिकार देण्यात यावा की, नियुक्त केलेल्या व्यक्तीने केलेल्या कामासंबंधी समिती संतुष्ट नसेल त्या व्यक्तीला सेवामुक्त करता येईल. जर आयुक्तांना आपले पद प्रिय असेल तर ते नक्कीच आपल्या बुद्धीचा वापर करतील. पोलिसांच्या प्रमुख अधिकाऱ्यांना जर आपला वेळ राजकारणी लोकांना प्रसन्न ठेवण्यामध्ये खर्च करावा लागला तर ते त्यांच्या हाताखाली असलेल्या पोलिस दलाचे नेतृत्व कसे करू शकतील?

धर्मपित्यालाही एका धर्मपित्याची आवश्यकता वाटू लागली तर तो आपली धर्मपित्याची भूमिका कशी पार पाडू शकेल? या गोष्टीची शिफारस राष्ट्रीय पोलिस आयोगाने केली होती. माझा या शिफारशीला पाठिंबा आहे. गुन्ह्यांना आळा घालण्यासाठी पोलिस आणि प्रसारमाध्यमे यांच्यामधील संबंध पारदर्शक असणे आवश्यक आहे.

संपूर्ण आपराधिक न्यायिक पोलिस व्यवस्थेमध्ये आमूलाग्र परिवर्तन केले गेले तरच दिल्लीमधील गुन्ह्यांना आळा घालता येईल. याची सुरुवात पोलिस दलामधील सर्वात खालच्या स्तरावरील कर्मचाऱ्यापासून करावी लागेल. आपली प्रशासकीय धोरणे बदलावी लागतील आणि समाजाबरोबर निकटचे संबंध प्रस्थापित करावे लागतील. गुन्ह्यांना आळा घालण्याच्या कामातील सर्वात महत्त्वाची व्यक्ती आहे बीट कॉन्स्टेबल. आपल्या पोलिस दलामध्ये ६०,००० कर्मचारी आहेत. यापैकी कमीत कमी ३००० कर्मचाऱ्यांचे काम फक्त आपल्या विभागामध्ये गस्त घालणे एवढेच असले पाहिजे. त्यांना या कामावरून दुसऱ्या कामावर पाठवण्यात येणार नाही– स्वातंत्र्यदिन आहे म्हणूनही नाही आणि गणतंत्र दिन आहे म्हणूनही नाही– असा धोरणात्मक निर्णय झालेला असणे आवश्यक आहे– माझ्या हातात असेल तर मी फक्त विद्यार्थ्यांनाच बीट कॉन्स्टेबल म्हणून नियुक्त करीन– असे काही तरुण विद्यार्थी जे आदर्शवादी, प्रामाणिक, निष्ठावान असतील आणि 'मी माझे काम पूर्ण न्यायनिष्ठा आणि पूर्ण कौशल्याने करेन' अशी शपथ घेण्यास तयार असतील. मला खात्री आहे की, असे तीन हजार तरुण शोधून काढण्यास आपल्याला काही अडचण येणार नाही. आपल्याला या तरुणांकडून इतक्या अपेक्षा असतील तर आपणही त्यांची काळजी घेतली पाहिजे हेही तितकेच खरे आहे. त्यांचा एका दिवसाचा कार्यकाळ आठ तासांचा असला पाहिजे. आज बिचारा बीट कॉन्स्टेबल तासंतास काम करत असतो. त्यांच्यापैकी अनेक प्रौढ वयाचेही असतात. आपल्याला गुन्हेगारीला आळा घालावयाचा असेल तर युवकांकडेच नजर ठेवली पाहिजे. तेच आपआपल्या विभागांमध्ये संपर्क स्थापन करू शकतात. हा संपर्क समाजाखेरीज महाविद्यालये, बाजार, दुकाने इत्यादी ठिकाणीही प्रस्थापित करावा लागेल.

बीट कॉन्स्टेबल एकटाच गस्त घालत असेल ही गोष्ट खरी आहे. परंतु समाज आपल्या पाठीशी आहे या कल्पनेने त्याला सुरक्षित वाटेल. शिवाय दिल्ली पोलिसांकडे भरपूर साधन सामुग्री आहे. ते त्याला वॉकीटॉकी देऊ शकतील. म्हणजे जरूर पडल्यास तो पी. सी. आर जिप्सीला ताबडतोब बोलावून घेऊ शकेल. गस्त घालण्याच्या कामाचे संपूर्ण स्वरूपच बदलून टाकणे आवश्यक आहे. वरिष्ठ अधिकाऱ्यांनाही निरीक्षणाच्या पद्धती बदलाव्या लागतील. विभागाच्या

ठाणेदाराला रोज आपल्या हाताखालच्या कर्मचाऱ्यांना त्या दिवसाच्या कामाबद्दल स्पष्ट आदेश द्यावे लागतील आणि संध्याकाळी त्या कामांचा अहवाल घ्यावा लागेल. यामुळे ठाणेदार आणि वरिष्ठ अधिकारी दोघांनाही त्या विभागात काय चालले आहे हे समजेल. या प्रकाराने काम करण्यासाठी फार समन्वयाची गरज आहे. डी. सी. पी. रोज सकाळी आपल्या एका तरी चौकीवर जाऊन येईल असे वरिष्ठ अधिकाऱ्यांनी निश्चित केले पाहिजे. एका ठराविक वेळी एक अधिकारी कचेरीमध्ये हजर असेल तर लोकांना आपल्या अडचणी त्याच्यापर्यंत सहज पोचवता येतील.

सरकार एकटे काही करू शकत नाही हे मला मान्य आहे. परंतु सरकारही हे सत्य स्वीकारण्याइतके प्रामाणिक नाही. म्हणूनच तर सरकार नागरिकांना मदतीचे आवाहन करत नाही. मला नेहमी असे विचारले जाते की, आजच्या परिस्थितीमध्ये कोणीही पोलिस कर्मचारी राजकारणी लोकांच्या दबावाला बळी न पडता त्यांना 'नाही' म्हणू शकतो का? माझे उत्तर आहे, 'होय, हे शक्य आहे. तो कर्मचारी जर दृढपणे आपले कर्तव्य बजावत असेल तर कोणीही त्याच्यावर दबाब आणू शकत नाही. होऊन होऊन काय होईल? त्याची बदली करण्यात येईल.' पोलिसांवर केल्या जाणाऱ्या आरोपांमध्ये एक आरोप आहे, पोलिसांच्या ताब्यात आरोपी असताना घडणारे मृत्यू. पोलिस या मृत्यूंना जबाबदार आहेतच परंतु आपणही पोलिस ज्या ताणतणावाखाली, दबावाखाली काम करत असतात ते लक्षात ठेवले पाहिजे. मानव अधिकारांबद्दल पोलिस कर्मचाऱ्यांच्या मनामध्ये वैरभाव असतो हे मत मी कधीही मान्य करणार नाही. सामाजिक सेवा अनिवार्य करण्यात आली पाहिजे. आपण आपल्या देशाचे जेवढे देणे लागतो तेवढे तरी दिलेच पाहिजे.

आर्थिक धोरणे सफल करावयाची असतील तर सर्व वातावरण सुरक्षित करणे जरुरीचे आहे. पोलिसांची कार्यपद्धती पूर्णपणे व्यावसायिक बनेल तेव्हाच हे शक्य होईल. भावी उद्योगपती आणि त्यांचे उद्योगधंदे यांना जर सुरक्षित वातावरण आणि कायद्याचे संरक्षण मिळाले नाही तर अर्थव्यवस्था सफलतेने कशी फोफावेल? पोलिसांची प्रतिमा डागाळलेली आहे हे मान्य. परंतु आजच्या व्यवस्थेमध्ये पोलिस स्वत:च किती 'असुरक्षित' आहेत? पोलिस कर्मचारी केवढ्या प्रचंड ताणाखाली काम करत असतात. त्यांची मुख्य चिंता एकच असते– आपले पद आणि आपली खुर्ची यांचे रक्षण कसे करायचे?

माझ्या दृष्टीने पोलिससेवा ही एक सकारात्मक रोगनिवारक शक्ती आहे. याचा उपयोग कधीही नकारात्मक शक्तीचे प्रतीक म्हणून होता कामा नये. लोक मला विचारतात, मला जर दिल्लीचा पोलिस कमिशनर म्हणून नेमले तर मी काय

करीन? माझ्या मताने हा एक अनुमानात्मक प्रश्न आहे. तरीही मी याचे उत्तर देईन. पहिल्या प्रथम लोकांना स्वत: 'पोलिस' बनायला शिकवीन. दुसरे, मी अपराध निवारणाचे धोरण लागू करीन. तिसरे, कौशल्याच्या तत्त्वावर मी पोलिसांचे नव्या प्रकाराने पुनर्वितरण करीन. चौथे, जेलमधून सुटलेल्या लोकांवर नजर ठेवली जाईल. जेल हा अगदी शेवटचा पर्याय असला पाहिजे. पाचवी गोष्ट, जेलमधील कैद्यांना शिक्षण देऊनच त्यांच्यामध्ये सुधारणा घडून येईल हे मी निश्चित करीन. अखेरीस विश्वासानेच विश्वास निर्माण होतो– मग लाभ घेणारी व्यक्ती गुन्हेगार का असेना. माझ्यावर एक आरोप असाही केला जातो की, मी कायदा आपल्या हातात घेते. आनंद नारायण मुल्ला यांच्या शब्दात सांगायचे तर तिहार जेलमधील माझ्या कारकीर्दीमध्ये मी एका पोलिस अधिकाऱ्याऐवजी एका नागरिकाची भूमिका पार पाडली आहे. माझ्या एका सहकाऱ्याच्या मते 'कधी कधी सर्व मर्यादांचे उल्लंघन करून मी स्वत:च कायदा बनते.' माझे समर्थक, टीकाकार काही म्हणोत, प्रवाहाच्या विरुद्ध दिशेने पोहणे थोडे कठीणच काम असते. परंतु मग आपण अशा एका जागी जाऊन पोचतो जेथे दुसरे कोणीही जाऊ शकत नाही. पोलिस अधिकाऱ्याच्या रूपातील माझी लढाई तर नेमणुकीच्या पहिल्या क्षणापासूनच सुरू झाली होती. परंतु ही लढाई मी जिवंत राहण्यासाठी लढले आहे, ही लढाई मी माझ्या दृढ तत्त्वांसाठी लढले आहे, सत्यासाठी, मानव अधिकारांसाठी लढले आहे.

□

व्यवस्थेला कसे बदलायचे?

जेल प्रशासनाची पद्धत जुन्या नियमांमध्ये आणि परंपरापद्धतींमध्ये गुंतून पडली आहे. एका मर्यादेपर्यंत ही परिस्थिती असह्य झालेली आहे याबद्दल कुणाचेच दुमत नाही. हे माझे स्वत:चे मत आहे असे नाही, राष्ट्रीय मानव अधिकार आयोगाने केलेल्या एका अभ्यासामध्ये मिळालेल्या माहितीवरून बनवलेले हे मत आहे. अत्युच्च न्यायालय आणि इतर अनेक उच्च न्यायालयांनी यावर केलेल्या कडक टीकेमुळे आणि निर्णायक व्यवस्थांचा परिणाम म्हणूनच पंजाबने आपल्या शंभर वर्षे जुन्या तुरुंग आचारसंहितेचे आधुनिकीकरण केले आहे. ह्या दुरुस्त्या अनेक वर्षांपूर्वीच होणे जरुरीचे होते हे उघड आहे. आताही ज्या सुधारणा करण्यात आल्या आहेत त्या वास्तवाच्या आवश्यकतेपेक्षा कमीच आहेत. आपली पद्धत इतकी वाईट दर्जाची आहे की, तिच्यामध्ये थोडासाही बदल किंवा सुधारणा केली गेली तर कैद्यांना 'माणूस' समजले जाण्यास फार मोठी मदत होईल. अलिकडेच जो एक अतिशय महत्त्वाचा बदल केला गेला आहे तो असा आहे, तुरुंग अधीक्षक जर एखाद्या कैद्याला काही शिक्षा करू इच्छीत असेल तर त्याला प्रथम न्यायाधीशांची परवानगी घेणे आवश्यक आहे. तुरुंगात कैदी असलेल्या व्यक्तीला तुम्ही आणखी वेगळी शिक्षा केली नाही तरीही तो कैदेमध्ये राहण्याची यातनामय शिक्षा भोगतच असतो. परकीय सत्तेच्या काळामध्ये अनेक भारतीय नेत्यांना ब्रिटिश क्रौर्याला सामोरे जावे लागले हे खरेच आहे. पण आश्चर्याची गोष्ट अशी की, ब्रिटिश सरकार इथून गेल्यानंतरही आपल्या पद्धतीमध्ये कोणतेही मूलभूत बदल करण्याचा नुसता विचारही केला गेलेला नाही. आज आपल्या कारागृहांमध्ये तीच जुनी पद्धत अंमलात आणली जात आहे. आज ज्या संख्येने राजकारणी नेते आणि इतर महत्त्वपूर्ण व्यक्ती कारागृहामध्ये आहेत, ते पाहिले की, वाटते त्यांच्याच कैदेचे कारण पुढे करून आपण कारागृहांना अधिक राहाण्यालायक बनवले पाहिजे.

आपल्याला या व्यवस्थेमध्ये खरोखरच सुधारणा करावयाची असेल तर आपल्याला पश्चिमेप्रमाणे शिक्षा देण्यासंबंधीची धोरणे प्रथम निश्चित करावी लागतील. कायदे बनवणाऱ्या व्यक्तींनी कारागृहांसाठी एक धोरण बनवले पाहिजे. या धोरणाने असे निश्चित केले पाहिजे की, कारागृहांमध्ये माणुसकीचे वातावरण निर्माण करण्याच्या कामाआड कोणतीही दप्तर दिरंगाई किंवा नोकरशाही येणार नाही. पाश्चात्य देशांमध्ये शिक्षा देण्याच्या धोरणांमध्ये या गोष्टी निश्चित केल्या जातात– कोणताही कैदी आपल्या शिक्षेचा काळ तुरुंगामध्ये कसा घालवेल आणि सुटका झाल्यानंतर काय करेल? कैदी तुरुंगामध्ये दाखल झाल्याबरोबर लगेच एक व्यक्ती त्याची काळजी घेण्यासाठी नियुक्त केली जाते आणि ही व्यक्ती ताबडतोब त्या कैद्याबरोबर या गोष्टींची चर्चा सुरू करते. जर्मनीमधील बी.एम.डब्ल्यू ही कंपनी कैद्यांना प्रशिक्षण देते. त्यामुळे सुटका झाल्यावर ते आपल्या कौशल्याचा उपयोग करू शकतात. तुरुंगातील वेळ सत्कारणी लागतोच शिवाय सुटकेनंतर समाजही त्या कैद्याला सहजपणे सामावून घेतो. तिहार कारागृहामध्ये ज्या सुधारणा केल्या गेल्या त्यांचा विचार केला तर सर्वात महत्त्वाची गोष्ट नजरेसमोर येते ती अशी की, या सुधारणा अंमलात आणण्यासाठी मला सरकारकडे अधिक पैसे मागावे लागले नाहीत. आपल्या व्यवस्थेला आपला दृष्टिकोनच बदलावा लागणार आहे. आता सर्व काही गोपनीय असते. न्यायाधीशांनी केलेले कारागृहांचे निरीक्षण फाईलींमध्ये लपवून ठेवलेले असते. कारागृह कर्मचाऱ्यांसाठी कोणतेही विशेष प्रशिक्षण देण्याची सोय नाही. कोणत्याही प्रकारचे संशोधन किंवा अभ्यास केला गेलेला नाही. आपल्या देशामध्ये कारागृहांशी संबंधित सर्व बाबी सोडवण्याची जबाबदारी राज्य सरकारची असते. यामुळे सुधारणेची प्रक्रिया अधिकच गुंतागुंतीची होऊन जाते. परंतु या सर्व बाबी असूनही आपल्या कारागृहांपेक्षा पाश्चिमात्य कारागृहांमध्ये एच आय व्ही एड्सचे संक्रमण, हिंसा, अमली पदार्थांचे सेवन आणि अनैतिक वर्तनाचे प्रकार फार अधिक संख्येने घडून येतात हे मी येथे सांगू इच्छिते.

नियोजन म्हणजे काय? आणि व्यवस्था म्हणजे काय? आपण बऱ्याच लोकांनी एकत्र येऊन हे कर्तव्य म्हणून पार पाडले तर नियोजन गुणवत्ताभिमुख होऊ शकेल. आपल्या संस्कृतीच्या प्रारंभापासून नियोजन हे वैशिष्ट्यपूर्ण गुणांनी युक्त आहे. पंचायत राज्यपद्धतीमुळे हे शक्य झाले होते. भविष्यकाळावर नजर ठेवून जर आज पाहिले तर सत्ता आणि शक्ती यांच्यामधील समतोल साधून आपण किती कौशल्याने इच्छित परिणाम घडवून आणू शकतो! स्पर्धेखेरीज कोणीही कुशल बनत नाही, स्पर्धेमुळेच गुणवत्ता निर्माण होते.

आज आपल्याला जनताभिमुख सरकारची जरुरी आहे. जे सहज भेटू शकतील,

जे लोकांचा फायदा व्हावा म्हणून मदत करण्यास तयार आहेत अशा सरकारी कर्मचाऱ्यांची आपल्याला जरुरी आहे. यामुळे सामान्य माणूस केंद्रस्थानी राहतो– यामुळे सूचना मिळतात, पुनर्विचार करता येतो. यामुळे गुन्हेगारीस तोंड देण्यासाठी पोलिस अधिक सक्षम बनतात. कोणताही समझोता न करता कायदा लागू केला जातो तेव्हाच लोकांशी मैत्री करता येते. जोवर सर्वसामान्य माणूस आमचा चेहरा ओळखू लागत नाही तोवर त्याला आमची खात्री वाटणार नाही. ही फक्त क्रियाशीलता नाही तर अनुकूल क्रियाशीलता आहे.

अनुकूल क्रियाशीलता म्हणजे तुम्ही फाईली आणि अहवाल यामध्ये गुंतून राहण्याऐवजी वास्तवाचा विचार करून ताबडतोब निर्णय घेऊन टाकता. मी शिक्षा करून माझे कर्तव्य पार पाडत नाही. तिहारमध्ये मी खुले पोलिसिंग केले. परंतु तुम्ही नावपत्ता लपवून ठेवून, अदृश्य राहून, गप्प राहून कसे आणि काय काम करू शकता? तिहारमधील सुधारणा जेव्हा आपल्या ध्येयाकडे नेणारी सकारात्मक पावले टाकू लागल्या तेव्हाच व्यवस्थेने आपले स्वरूप उघड केले.

आपली सारीच व्यवस्था कमजोर आहे. येथे सामूहिक पातळीवर काम करण्याची कोणतीच संधी मिळत नाही. एकत्र बसून चांगले धोरण आखण्यासाठी योग्य असे वातावरणही उपलब्ध नाही. प्रत्येक विभागामध्ये संपूर्ण गोपनीयतेचे राज्य असते. प्रत्येक व्यक्ती दुसऱ्याकडे संशयाच्या नजरेने पाहत असते. प्रत्येक जण वेगळ्याच दिशेने जात असतो. भागीदारी असते फक्त एका गोष्टीमध्ये– एकाच चिंतेमध्ये– दुसऱ्याला मागे ओढून स्वतःला पुढे कसे जाता येईल?

एक गोष्ट हे लोक विसरून गेले की, तिहार कारागृहातील कारकीर्दीमध्येच मला नेहरू फेलोशिप प्रदान करण्यात आली होती.

गंमतीची गोष्ट ही की, या शिष्यवृत्तीचा विषयच तिहार जेल आणि सुधारणा यांच्याशी संबंधित होता. आफ्रिका आणि लॅटिन अमेरिकन देश सोडले तर मी संपूर्ण जगातील कारागृहांना भेट दिली. १९९६ मध्ये मी २० कारागृहांमध्ये गेले. अनेक चर्चासत्रांमध्ये भाषणे केली, राष्ट्रीय आणि आंतरराष्ट्रीय संमेलनांमध्ये भाग घेतला. वर्षभरामध्ये मी विद्यार्थी, स्त्रिया, मुले, प्रबंधक आणि अशाच अनेक लोकांना भेटले. १९९६ मध्ये मला कोठेही जाण्याचे स्वातंत्र्य होते. परंतु वृत्तपत्रांच्या शीर्षकांमध्ये राहणे माझ्या प्राक्तनातच होते. ही गोष्ट अलाहिदा की, १९९६ मध्ये नरसिंहराव किंवा सुखराम किंवा मग रुणु घोष यांच्यासारखे भ्रष्टाचाराचे आरोप असणारे लोकच वृत्तपत्रांमध्ये अधिक झळकत होते. १९९६ हे वर्ष माझ्या आयुष्यातील सर्वात अधिक सृजनशील ठरले.

आपल्याला आज आवश्यकता आहे ती लोकाभिमुख सरकारची– हे मी आत्ताच सांगितले आहे– ही गोष्ट जितक्या वेळा सांगितली जाईल तेवढी कमीच

होईल. या व्यवस्थेला कोणीही प्रश्न का विचारत नाही? मी एक नागरिक आहे. माझे स्वत:चे काही अधिकार आहेत. ज्याप्रमाणे मी एका पोलिस अधिकाऱ्याच्या भूमिकेमध्ये माझ्या कर्तव्याकडे पाठ फिरवत नाही त्याचप्रमाणे एक नागरिक म्हणून असलेले माझे अधिकारही कोणी हिरावून घेऊ शकत नाही. गप्प बसणे मला मरणासारखे वाटते.

शेवटी ही व्यवस्था निर्माण तरी कोण करत असते? तिचा स्वीकार कोण करतो? लोक, सामान्य माणूसच हे सर्व करत असतो. समजा, मला वारशामध्ये लोकविरोधी व्यवस्था मिळाली आहे परंतु हीच व्यवस्था विकासाला नियंत्रित करत असते, त्याला मदतही करत असते. जेव्हा जेव्हा रुतलेली, गुंतलेली व्यवस्था मला सामोरी आली तेव्हा तेव्हा मी नावाड्याचे काम केले आहे. कोणाला तरी चालकाचे, कर्णधाराचे काम करावेच लागते. मी सरकारी नोकरीला कर्तव्य मानत नाही, एक सत्कार्य मानते. मला खात्री आहे की, शासन लोकाभिमुखच असायला हवे.

पोलिस दलामध्ये प्रवेश घेण्याच्या आधीपासूनच मी टेनिसच्या माध्यमातून व्यवस्थेवर प्रहार करत होते. पोलिस दलामध्ये माझी झालेली निवड हेही या प्रहाराचेच एक उदाहरण आहे. पुरुषांच्या पलटणीत मी एकटी पडेन असे मला सांगण्यात आले. मी निश्चयी स्वरात उत्तर दिले, 'पोलिसात दाखल होणारी मी पहिली स्त्री असले म्हणून काय झालं? परिस्थिती कितीही विरोधी असली तरी जरूर असते फक्त हिंमत करण्याची. मी प्रत्येक क्षणाला एक संधी मानते. संधीला ओळखण्याची एक विशेष क्षमता माझ्यामध्ये आहे. मी कोणत्या विभागाची किंवा संस्थेची अध्यक्ष आहे का असा विचार मी कधीच करत नाही. मला सर्वोच्च स्थानावर बसणे आवडते पण ते सर्वोच्च स्थान माझ्या अन्तर्मनातील असते. त्या ठिकाणी मी स्वत:वर संपूर्ण नियंत्रण ठेवू शकते. भूतकाळ इतिहासजमा झालेला आहे, भविष्यकाळ हे एक रहस्य आहे आणि वर्तमानकाळ ही एक देणगी आहे जिचा मला उपयोग करून घ्यायचा आहे असे मी मानते. वर्तमानकाळामध्ये बीज पेरणे मला आवडते. काळ आणि कर्म मला कोठे घेऊन जाईल हे तर फक्त काळच सांगू शकेल.

भ्रष्टाचार हे आपल्या जीवनाचे एक अविभाज्य अंग बनून गेले आहे. देणारे आणि घेणारे दोघेही एक गोष्ट विसरून जातात ती ही की, हे धन ग्राहकाचे आहे. आपणही एके काळी ग्राहक होतो हेही ते विसरून जातात. आज राज्यसरकारने कितीही उच्चस्वराने नाकारले किंवा माझ्यावर कितीही खटले भरले तरी खरी गोष्ट ही आहे की, महत्त्वाच्या व्यक्ती अटक झाल्याबरोबर सरळ एखाद्या रुग्णालयात तरी दाखल होतात किंवा मग त्यांना खास सवलती देण्यासाठी तुरुंग अधिकाऱ्यांवर

दबाब आणला जातो. येथे या मुद्यांचे स्पष्टीकरण देणे अयोग्य ठरेल परंतु आपण फक्त महेंद्र सिंह टिकैत यांच्या हुक्क्याचे प्रकरण पाहिले तरी व्यवस्थेच्या चेहऱ्यावरचा बुरखा फाटून जातो. ते राजनैतिक कैदी म्हणून तिहारमध्ये आले. मी डेन्मार्कमध्ये होते. डी.आय.जी. जयदेव सारंगींना आदेश देण्यात आला की, टिकैतना तंबाखू आणि हुक्का देण्यात यावा. ह्या वेळपर्यंत गृहमंत्रालयाच्या आदेशाप्रमाणे, संपूर्ण तिहार कारागृह धूम्रपान निषिद्ध क्षेत्र म्हणून घोषित करण्यात आले होते. सारंगींनी मंत्रालयाकडे लेखी आदेश मागितला. तो मिळणार नव्हताच. त्याप्रमाणे मिळाला नाही. सारंगींनी या आदशाचे पालन केले नाही तेव्हा टिकैतला दुसऱ्या दिवशीच सोडून देण्यात आले. राजकीय कैद्यांसाठी वेगळे नियम कोणत्या नियमावलीमध्ये लिहिले आहेत हे मला कुणी सांगितले तर बरे होईल.

हवाला प्रकरणातील जैन बंधूंबद्दल तर बोलणेच नको. ज्या प्रकाराने आमच्यावर दबाब आणला गेला, त्याचा काही उपयोग होत नाही हे पाहून मग ज्या रीतीने कनिष्ठ स्तरातील कर्मचाऱ्यांच्या मदतीने आरोपींवर 'लक्ष ठेवण्याचे' प्रयत्न केले गेले त्यावरून हे सिद्ध झाले की, व्यावसायिक पद्धतीने काम करण्याऐवजी हा सगळा डोलारा किती खिळखिळा झाला आहे. माझ्यापर्यंत पोचणारे संदेश, आदेश माझ्या हाताखालील अधिकाऱ्यांपर्यंत कधीच पोचले नाहीत हे उघडच आहे. तिहारमधील माझी कारकीर्द माझे प्रामाणिक वर्तन व्यवस्थेला पसंत पडले नाही हेही उघडच आहे. परंतु याचा परिणाम काय झाला? शेवटी व्यवस्थेला स्वत:च स्वत:वर बंधन घालून घ्यावे लागले.

आम्ही कृतज्ञता, मिंधेपणा किंवा अशा कोणत्याही नाईलाजापोटी निर्माण होणाऱ्या संबंधांना दूर ठेवले आणि स्वत:चे काम व्यावसायिक स्तरावर केले. हे लोक व्यवस्थेला कसे नपुंसक आणि दुर्बळ बनवून टाकतात ते या गोष्टीचा त्रास ज्याला सहन करावा लागला आहे त्यालाच समजू शकेल. व्यवस्थेला कमजोर बनवणारे लोक स्वत:च्या स्वार्थामध्ये गुरफटून गेलेले लोकच असतात.

मी हे आता का सांगते आहे हे विचारताना हे लोक थकत नाहीत. हे मी आज सांगत आहे कारण आज ती माहिती त्यावेळेपेक्षा अधिक उपयोगी आहे आणि प्रसिद्धी माध्यमेही मला हे सारे प्रश्न आज विचारत आहेत. म्हणूनच मी ही उत्तरे आज देत आहे. मी कोणत्याही एका व्यक्तीवर ताशेरे ओढत नाही आहे तर ज्या व्यवस्थेला स्वार्थी आणि भ्रष्ट लोक नष्ट करून स्वत: निष्ठाहीन बनत आहेत त्या व्यवस्थेला अनावृत्त करत आहे.

आजकाल अतिमहत्त्वाच्या व्यक्तींच्या सुरक्षा व्यवस्थेने एक नवेच वळण घेतले आहे. या वळणाने विकसित होणारी परिस्थिती सामान्य माणसाला फार त्रासदायक होत आहे. आजपर्यंत सर्वसामान्य व्यक्तींच्या सोई गैरसोईंकडे कुणीही

लक्ष पुरवलेले नाही. गेल्या काही वर्षांमध्ये ही संवेदनक्षमता कमी झालेली दिसते. एक काळ असा होता की, तेव्हा राजधानीमध्ये अतिमहत्त्वाच्या व्यक्तींच्या जिवाला धोका होता परंतु अलीकडील काही वर्षांमध्ये परिस्थिती खूपच बदलली आहे. सुरक्षा व्यवस्थेमध्येही योग्य ते परिवर्तन घडवून आणणे आवश्यक आहे. दिल्लीमध्ये जवळ जवळ प्रत्येकच व्यक्ती अतिमहत्त्वाची असते किंवा अतिमहत्त्वाच्या व्यक्तीची नातेवाईक असते. त्यांना नाराज करण्याची कोणाचीही इच्छा नसते.

'किरणला परिस्थिती सुधारण्याचा मोठा नाद आहे.' असाही एक आरोप माझ्यावर केला जातो. यासाठी उदाहरण दिले जाते तिहार तुरुंगाला सुधारगृहाचे रूप दिले गेले याचे. माझ्या नव्या नेमणुकीमध्ये मला तिहारमधीलही बऱ्याच गडबडी आणि भांडणे सोडवावी लागणार आहेत. दिल्ली शहराच्या समस्या तर कधी न संपणाऱ्या आहेत. दिल्लीमध्ये कोणतेही काम करून घ्यावयाचे असेल तर कोणाला ना कोणाला तरी नाराज करावेच लागते. प्रसार-प्रचार माध्यमांच्या मते मी या कामामध्ये फार कुशल आहे. अगदी थोड्याच काळात दिल्लीमध्ये, विरोधाचे स्वर नरकाची दारे फोडून बाहेर उमटणार आहेत. व्यवस्थेशी लढणे, चांगल्या कामांसाठी भांडायला तयार होणे हा माझा स्वभावच आहे ही गोष्ट माध्यमे मान्य करू लागली आहेत. भ्रष्टाचार फक्त राजकारणाच्या पातळीवरच आहे असे नाही तर अगदी खालच्या तळापर्यंत तो पोचला आहे हे आपल्याला सर्वांना माहीत आहे. आळस, निष्क्रीयता, हांजीखोरपणा, हातचलाखी या साऱ्या गोष्टींची जबाबदारी आजच्या सामाजिक राजनैतिक वातावरणाकडे आहे हे आपल्याला सगळ्यांना माहीत आहे. म्हणूनच या पिढीच्या लोकांनी त्यांची मुले चारित्र्यवान निघतील याची काळजी घेणे आवश्यक आहे.

मला आज विचारले जाते, 'दिल्लीला एकामागून एक संकटांना तोंड द्यावे लागत आहे. चारी बाजूंना समस्याच समस्या दिसत आहेत. या स्थितीमध्ये सुधारणा होणे शक्य आहे का?'

अगदी योग्य प्रश्न आहे. आजपर्यंत दिल्लीला स्वतःमधील क्षमतांची जाणीवच झालेली नाही असे माझे मत आहे. या साऱ्या क्षमता पूर्णपणे वापरल्या जाव्या म्हणून योग्य त्या मानव संसाधनांची आणि भौतिक नियोजनाची आवश्यकता आहे. अखेरीस दिल्ली हे एक प्राधिकृत शहर आहे. परंतु जोपर्यंत प्रत्येक नागरिक कायद्याचे पालन करण्यास शिकत नाही तोपर्यंत संसाधन आणि नियोजन अशक्य आहे. प्रत्येक गोष्टीमध्ये सतत जोर जबरदस्ती करणे शक्यच नसते. स्वेच्छेने कायदा पाळला जाण्याची जरुरी आहे. उपराज्यपाल तेजिंदर खन्नाही हेच सांगत असतात.

दिल्लीमध्ये परिवर्तन कसे घडवून आणायचे असा आणखी एक प्रश्न

विचारण्यात येतो. ही प्रक्रिया दुहेरी असेल तरच हे परिवर्तन घडून येऊ शकेल. तुम्ही किती लोकांना तुरुंगात टाकू शकाल? तुम्ही किती खटले भराल? एका बाजूने कायदा न्यायी पद्धतीने लागू केला गेला पाहिजे आणि दुसऱ्या बाजूला कायद्याचा आदर राखला गेला पाहिजे.

भारताच्या राजधानीमध्ये कोणकोणते बदल होऊ शकतील हे तर काळच सांगू शकेल. राजभवनमध्ये आशेचा एक किरण उगवला आहे. उपराज्यपाल तेजिंदर खन्ना बदल घडवून आणण्यासाठी अधीर झाले आहेत. हे एक भगीरथ प्रयत्नांचे अतिशय कठीण असे काम आहे तरीही सुधारणा होईल अशी मला आशा आहे. याचे एक कारण आहे. दिल्लीची अर्ध्याहून अधिक लोकसंख्या शिक्षित आहे आणि आपल्या कर्तव्यांबाबत जागरूकही आहे. जेव्हा लोक कायद्याचा आदर करू लागतील तेव्हा आपोआपच ते कायद्याचे पालनही करू लागतील. आमची योजना याच दोन मुद्यांवर आधारलेली आहे.

आजची परिस्थिती अनेक वर्षांच्या चुकीच्या नियोजनाचा परिणाम आहे. आपल्या सर्वच समस्यांचे कारण आहे आपली आजची लोकसंख्या. आपली प्रत्येक सेवा आज किडलेली आणि कष्टसाध्य बनलेली आहे कारण आपण आपल्या नैसर्गिक साधनांमध्ये वाढ करू शकलो नाही.

प्रदूषणाच्या समस्येचा विचार करू. आजची हीच प्राथमिकता आहे. या समस्येमुळे दिल्ली हळूहळू गॅस चेंबर बनू लागली आहे. उपराज्यपाल तेजिंदर खन्नानी नागरिकांसाठी सोई निर्माण करणे आणि बेकायदेशीर बांधकामे व अतिक्रमणे यांच्या विरुद्ध तातडीची आणि कठोर कारवाई करण्याची एक योजना तयार केली आहे. योजनेची रूपरेखाही तयार आहे. भ्रष्ट अधिकारी आणि कर्मचाऱ्यांना सूचना देण्यात आली आहे की, त्यांनी आपली कार्यपद्धती सुधारावी किंवा नोकरीवरून कमी केले जाण्यास तयार व्हावे. प्रश्न दिल्ली स्वच्छ करण्याचा आहे. संदर्भ काहीही असला तरी वृत्तपत्रांची शीर्षके किंचाळत राहतात, 'किरण बेदीने आणखी एक विवाद उभा केला.' तारीख कोणतीही असो– ३ मे १९९५ असो की, २३ फेब्रुवारी १९९७ वृत्तपत्रे मी उचललेल्या पावलांची तारीफ करोत की, प्रसिद्धी मिळवण्यासाठी केलेला आणखी एक उपाय म्हणोत मला इतकेच माहीत आहे की, नियती आणि आध्यात्मिक शक्ती यावर माझा पूर्ण विश्वास आहे. तुमचे कार्यक्रम किंवा कामांची यादी गोपनीय नसेल तर ईश्वर मार्गदर्शन करतो.

राजकारणाचे गुन्हेगारीकरण हा आज चिंतेचा विषय बनला आहे. या पृथ्वीवरील सर्वात मोठी संपत्ती आहे मानवाचे व्यक्तिमत्त्व असा माझा विश्वास आहे. ज्यांच्या हाती सत्ता आहे त्यांनी उत्तरदायित्व स्वीकारलेच पाहिजे. १९८३ मध्ये मला चोगम रिट्रीटच्या वाहतूकव्यवस्थेसाठी गोव्याला पाठवण्यात आले होते. त्यावेळी

तेथे एकूण २० शिपाई होते आणि तेही असे की, त्यांना वाहतूक नियोजनाची सोडाच वाहतुकीच्या नियमांचीही नीटशी माहिती नव्हती. आणि यावर कळस म्हणजे ते ड्यूटीवरही फेणी पिऊनच येत. उद्योगपती, समुदाय आणि सामान्य लोकांच्या मदतीने मी त्या राज्यामध्ये वाहतूक पोलिसांवर एक नवे प्रकरण लिहिले होते. त्याच काळामध्ये सेंट फ्रान्सिस झेवियरच्या मृतदेहाचे दर्शन सुरू होते. भारतातील ख्रिस्ती समाजाच्या दृष्टीने ही एक महत्त्वाची घटना असते. एकीकडे अत्यंत महत्त्वाच्या व्यक्तींच्या मोटारी थेट चर्चच्या प्रवेशद्वारापर्यंत जात तर दुसरीकडे सामान्य जनता याच मोटारींखाली जखमीही होत होती. परंतु त्या वर्षी मी सामान्य माणसाच्या रस्त्यावरून सुरक्षितपणे, अडचण न येता चालण्याच्या हक्काचे रक्षण केले. अनेक अतिमहत्त्वाच्या व्यक्तींना चर्चपासून दूर अंतरावर वाहन उभे करून चालत चर्चपर्यंत जावे लागले याबद्दल मला स्पष्टीकरण देण्यास आणि माफी मागण्यास सांगण्यात आले. माझ्या हातून काही चूक घडली असती तर माफी मागण्यामध्ये मला कोणतीही अडचण आली नसती. आता माझ्या या कामामुळे शासनाने मला कधीही माफ केले नाही हे अलाहिदा.

असे राजकारणी लोक असल्यामुळे जनतेच्या सहकार्यावर माझा अतूट विश्वास आहे. चोगम (राष्ट्र मंडळातील सदस्य देशांच्या शासन प्रमुखांचे शिखर संमेलन) मुळे गोवा आपल्या संपूर्ण नैसर्गिक संपत्तीसह जगाच्या नकाशावर रेखित झाला. महाराणी एलिझाबेथ, इंदिरा गांधी, मार्गारेट थॅचर आणि पिएर त्रदू या व्यक्ती सर्वांत अधिक आकर्षणाची केंद्रे होत्या. विमानतळापासून फोर्ट आग्वाद हे हॉटेल ४० किलोमीटर लांब आहे. इतर सर्व व्यवस्थेखेरीज मला उत्तम सहकार्य मिळाले ते १२०० हून अधिक विद्यार्थ्यांनी केलेल्या व्यवस्थेमुळे. सर्वजण संतुष्ट, प्रसन्न होते. नाखूष होते फक्त स्थानिक राजकारणी आणि सत्ताधारी. अनेक वर्षांनंतर १९९६ च्या ऑक्टोबरमध्ये इंडियन ज्यूनियर चेंबरने पणजीमध्ये ज्यूलियो रिबेरो आणि रामकांत रंगले यांच्याबरोबर मलाही जेसी क्रीडा पुरस्कार दिला ही गोष्ट वेगळी. माझे व्यक्तिमत्त्व धष्टपुष्ट, ताकदवान आणि धाडसी आहे याचा फायदा समाजालाच होत आहे ना! आपण प्रशासन कायदेशीरपणे चालवले पाहिजे. आपल्याला जेवढा आणि जो वेळ उपलब्ध आहे, तो राष्ट्रीय संपत्ती मानला गेला पाहिजे. आपण त्या वेळाचे फक्त विश्वस्त आहोत असे मानले पाहिजे. तेरा वर्षांपूर्वी जेव्हा मी गोव्यामध्ये होते तेव्हा माझ्या हाताखाली फक्त वीस पोलिस कर्मचारी होते. कामही फार नव्हते. परंतु मी निरनिराळ्या शहरांमध्ये अचानक छापे मारून काम निर्माण केले. पाहाणाऱ्याला वाटे आम्ही वीस नसून दोनशे आहोत.

या देशाला प्रगती करावयाची असेल तर प्रथम आपल्याला सर्वांना अनुशासनाची

मुळाक्षरे शिकून घेतली पाहिजेत. उत्तरदायित्व, पारदर्शकता या नंतरच्या गोष्टी आहेत.

औद्योगिक घराण्यांनी राजकारणावर पडद्याआडून नियंत्रण ठेवणे योग्य नाही. ही घराणी जर याच प्रकारे राजकारणी लोकांना पैसा पुरवत राहिली तर हवाला प्रकरणांखेरीज दुसरे काहीही आपल्या हाती लागणार नाही. सामूहिक सत्तापद्धतीला आव्हान देताना आपण हे लक्षात ठेवले पाहिजे की, आपली परंपरा आहे, निष्ठापूर्वक काम करण्याची.

भारतीय घटनेप्रमाणे गुन्हेसंबंधीचे कायदे इतर देशांच्या कायद्यांपेक्षा अधिक कठोर आहेत. हे खरे आहे परंतु दुःखाची गोष्ट ही आहे की, राजनैतिक प्रदूषण कायद्यांवरही आपला प्रभाव पाडून भारतीय घटना आणि कायदे यावरही वाईट परिणाम घडवून आणत आहे. कायदेविषयक बाबींमध्ये राजकारणी हस्तक्षेप बंद करविण्यासाठी योग्य ती पावले उचलली जाणे आवश्यक आहे. पोलिस आणि जनता यांचे परस्पर संबंध अतिशय निकटचे असणे अनिवार्य आहे. असे असेल तरच पोलिस चांगल्या रीतीने आपले काम पार पाडू शकतील. समाजविघातक लोक स्वतःच्या स्वार्थासाठी पोलिसांबद्दलचे जनतेचे मत वाईट करत असतात.

भारतीय पोलिसांची प्रतिमा गेल्या काही काळामध्ये मलिन झाली आहे यात काही शंका नाही. परंतु जनता, सरकार आणि पोलिस यांपैकी कोणीही या मतामध्ये बदल घडवून आणणे तर दूरच, असा बदल घडवून आणण्याच्या आवश्यकतेमागील कारणे जाणून घेण्याचा प्रयत्नही केला नाही. पोलिस आणि जनता यांच्यामधील दुरावा वाढत चालला आहे आणि सरकारी नोकर या गोष्टीचा पुरेपूर फायदा घेत आहेत. भ्रष्टाचाराने सर्व सीमा ओलांडल्या आहेत. भ्रष्टाचार दूर करण्याच्या कामामध्ये महिलांना विशेषतः विद्यार्थिनींना फार महत्त्वाची भूमिका करावयाची आहे. स्त्रियांनी आपल्या अंतर्गत शक्तीला जागृत करण्याची गरज आहे. तेव्हाच भ्रष्टाचाराला ठामपणे तोंड देता येईल. स्त्रिया पुरुषांपेक्षा अधिक प्रामाणिक असतात. त्या कोणत्याही पदावर काम करत असल्या तरी आपले काम पूर्ण निष्ठेने पुरे करतात.

हवाला प्रकरणावरूनही स्त्रियांच्या स्वच्छ प्रतिमेची कल्पना येते. हवाला प्रकरणातील आरोपींमध्ये एकही महिला नाही. सर्व दोषी व्यक्ती पुरुषच आहेत.

भ्रष्ट आणि गुन्हेगारी प्रतिमा असलेल्या उमेदवाराला मत कधीही दिले जाऊ नये कारण अशा उमेदवाराला मत देणे म्हणजे भ्रष्टाचाराला उत्तेजन देणेच ठरते. सर्व उमेदवारांमध्ये स्वच्छ प्रतिमेचा एकही उमेदवार नसेल तर प्रामाणिक उमेदवाराची वाट पहावी. परंतु मत देण्यास जरूर जावे. आपला विरोध नोंदवून आपले मत रद्द करून टाकावे. मतपत्रिकेमध्ये एक रकाना मोकळा असणे आवश्यक आहे.

म्हणजे 'मला यापैकी कोणताही उमेदवार पसंत नाही' असे आपले मत मतदार नोंदवू शकेल. या गोष्टींशी मी एकटीच नव्हे तर सारे भारतीय सहमत असतील. तसे पाहिले तर मी नगण्य तुच्छ प्रकारच्या राजकारणाच्या पक्षाची नाही. मला स्वत:ला राजकारणामध्ये प्रवेश करण्याची इच्छा नाही कारण ते जग स्वार्थाने बुजबुजलेले आहे आणि त्याचा समाजाशी कसलाही संबंध उरलेला नाही. पोलिस अधिकारी या नात्याने मी अधिक चांगले काम करू शकते. आता हा प्रश्न आहेच– राजकारणी लोक पोलिसांना काम कुठे करू देतात? त्यांचा हा हस्तक्षेप नागरिकांच्या सुरक्षेबाबत फार धोकादायक ठरू शकतो. उच्च स्तरावरील भ्रष्टाचाराचा वाईट परिणाम पोलिस विभागावरही पडला आहे. राष्ट्रीय पोलिस आयोगाच्या शिफारशींमध्ये स्पष्ट म्हटले आहे की, पोलिस विभागाला राजकारणापासून दूर ठेवले जावे. आज एखादा भ्रष्ट वरिष्ठ पोलिस अधिकारी आणि एखाद्या घोटाळ्यात सापडलेला राजकारणी माणूस या दोघांच्यामध्ये काहीच अंतर नाही.

तिहारमधून केली गेलेली माझी बदली ही पूर्णपणे राजकारणाची खेळी होती. परंतु नोकरीच्या जागी हे चालतच असते. हा तर निसर्गाचाच नियम आहे. बदली कामाची होवो, वेळाची होवो की, आयुष्याची– तिचा स्वीकार तर करावाच लागतो. तिहारमध्ये केल्या गेलेल्या सुधारणांमुळे माझ्यावर नाराज झालेला एक गट होता यात काही शंका नाही. मी राजकारणी लोकांच्या शिफारशी मानल्या नाहीत किंवा भांडवलदारांशी मैत्रीही केली नाही. याच लोकांच्या मोहऱ्यांनी सारे राजकारण खेळले जाते.

तिहार तुरुंगामध्ये 'खास प्रकारचे' कैदीही आहेत. काही मूठभर लोकांनी त्यांचा आपल्या स्वार्थासाठी उपयोग करून घेतला. पहिला गुन्हा त्यांनी केला, दुसरा त्यांच्याकडून करवून घेतला गेला आणि तिसऱ्याच्या वेळी त्यांचा नाईलाज झाला. या नाईलाजामुळे त्यांना भयंकर धोकेबाज अपराध्याचे रूप प्राप्त झाले– आपल्या समाजातील एक साधा भोळा वर्ग हे सत्य स्वीकारू शकत नाही. मी या गुन्हेगारांना एका अशा गटाशी जोडू पाहत होते, ज्यांच्या मनात कोणतीही तुच्छतेची भावना नाही. मी माझ्या या कामामध्ये पूर्णत: सफल होत होते. काही लोकांना 'नाही' हा शब्द ऐकण्याची सवय नसते. या लोकांनी केलेल्या आरोपांच्या चक्रामध्ये मी सापडले. हे लोक नाराज होणेही योग्यच होते.

कैद्यांना टीव्ही किंवा टाईपरायटरसारख्या सोई उपलब्ध करून देण्यामध्ये काहीही चूक नाही. कैद्यांना या प्रकारे लहानसहान सोई, लहानसहान आनंद मिळवून देण्याचा तो एक प्रयत्नच होता. या सोईंमुळे त्यांच्या जीवनाला चांगला मार्ग सापडत असेल, एक चांगले वळण भेटत असेल तर त्यात वाईट काय आहे? मी एकही पाऊल चुकीचे टाकले नव्हते.

राष्ट्रपती क्लिंटन यांचे आमंत्रण स्वीकारण्याचीच गोष्ट घ्या. ज्या कामामुळे साऱ्या भारताला मानसन्मान मिळत आहे, त्यालाच आरोपांच्या आवर्तामध्ये अडकवून ठेवले गेले तर किती त्रास होतो! मी या देशाचा एक भाग नाही का? जर मी या राष्ट्राहून वेगळी कुणी नसेन तर या प्रकरणाला व्यक्तिगत रूप का देण्यात आले हे मला जाणून घ्यायचे आहे. मी बिचारीही नाही किंवा एक अबलाही नाही. मी सर्व लोकांना विशेषत: स्त्रियांना असे आवाहन करते की, त्यांनी या शब्दांच्या भिंती पाडून टाकाव्यात. राजकारणाच्या फेऱ्यामध्ये मला खेचून माझ्यावर कितीही आरोप केले गेले तरी मी थकणारी नाही. माझी काम करण्याची पद्धत वेगळी आहे. सर्व गोष्टी सहज होऊन जातात. जो प्रथम पीडित असतो, मग गुन्हा करतो, आणि नंतर दुसरे लोक पुन्हा पुन्हा त्याचा वापर करतात अशा व्यक्तीला केंद्रस्थानी ठेवून माझी विचारसरणी काम करत असते. 'मी कुणीतरी आहे' हे दाखवून देणारे राजकारणी लोक प्रत्येक कायदा मोडत असतात आणि फुशारकी मारत असतात. मी या अशा लोकांशी कधीही तडजोड केली नाही. काही अधले मधले लोक, इकडे तिकडे गुंतलेले लोक माझ्या कामांवर बारीक लक्ष ठेवून असतात. आणि ओरडा करत राहतात– किरण बेदीने हे काय करून ठेवले आहे? यानंतर खोडसाळपणा करण्यात पहिला क्रमांक लागतो प्रसार माध्यमांचा. माझ्यावर एक आरोप केला जातो की, मी प्रसिद्धीची भुकेली आहे. जर तुम्ही खोलात जाऊन या आरोपाकडे पाहिले तर तुमच्या स्वत:च्याच ध्यानात येईल की, ही प्रचार प्रसार माध्यमेच माझा पाठलाग करत असतात. स्वत:च उत्तेजित होऊन किंवा प्रेरित होऊन मला चिडवण्यास, चिथावणी देण्यास सुरुवात करतात. माझ्या व्यक्तिमत्त्वामध्ये निश्चित असे काहीतरी असावे की, मी शीर्षकांमधून दूर ठेवली जाऊ शकतच नाही.

राजकारणी लोकांबद्दल बोलायचे तर त्यांनी प्रामाणिक असणे हा त्यांचा आवश्यक गुण मानला जाता कामा नये तर सामान्य माणसाचा तो अधिकार मानला गेला पाहिजे. संसद आणि विधान सभांमध्ये जाण्याचा अधिकार 'योग्य' माणसालाच मिळाला पाहिजे तरच देश भ्रष्टाचारापासून मुक्त होऊ शकेल. विद्यार्थ्यांना माझे आग्रहाचे सांगणे आहे, त्यांनी वातानुकूलित जीवनशैलीचा विचार बाजूला ठेवून सामाजिक सेवेवर अधिक लक्ष केंद्रित केले पाहिजे. जोवर खेड्यांमध्ये आणि झोपडवस्तींमध्ये राहाणाऱ्या, मोलमजुरी करणाऱ्या लोकांच्या जीवनाबद्दल युवकांना प्रत्यक्ष माहिती मिळणार नाही तोवर ते माणसाचे खरेखुरे जीवन समजून घेऊन शकणार नाहीत. चंगळवादी होण्याऐवजी युवकांनी मेहनती बनणे आवश्यक आहे.

ही युवक पिढीच स्वत:ला संस्कारी बनवून नैतिक मूल्यांचा अभ्यास करून

देशाला अंध:कारमय भविष्यापासून वाचवू शकेल. आजचा युवक फक्त टीव्ही पाहत असतो. त्यामुळे तो समाजापासून दूर जात असतो. त्याने टीव्हीचा मोह सोडून समाज सेवेमध्ये लक्ष घातले पाहिजे.

कोणत्याही उमेदवाराला निवडणुकीमध्ये पाठिंबा देण्याआधी विद्यार्थ्यांनी प्रथम त्याचा व्यवसाय काय आहे, त्याची आमदनी किती आहे, त्याचे पोलिस रेकॉर्ड काय आहे हे तपासून पाहिलेच पाहिजे. जोवर ही माहिती उपलब्ध होत नाही तोवर कोणत्याही उमेदवाराच्या जाहिराती भिंतीवर लावू दिल्या जाता कामा नयेत.

खरे तर विद्यार्थ्यांचे सर्वात महत्त्वाचे कर्तव्य आणि परमधर्म आहे, आपल्या प्रत्येक क्षणाचा उपयोग ज्ञान मिळवण्यासाठी करणे. परंतु राजकारणावर लक्ष ठेवणे हेही प्रत्येक समजूतदार आणि जागरूक विद्यार्थ्याचे कर्तव्य आहे. मतपत्रिकेमध्ये एक महत्त्वाचा बदल करण्याचा एक प्रस्ताव लौकरच राष्ट्रपतींसमोर सादर करण्यात येणार आहे. मतदार सर्व उमेदवारांना नाकारून मतपत्रिकेवर निश्चित केलेल्या रकान्यामध्ये 'कोणीही नाही' असे लिहू शकेल. हा एक मूलभूत अधिकार त्याला देण्यात आला पाहिजे. एखाद्या राजकारणी नेत्याला याहून मोठी शिक्षा कोणती असू शकेल? आणि आपले स्पष्ट मत व्यक्त करण्यासाठी मतदाराला याहून अधिक चांगली व्यवस्था कोणती मिळू शकेल?

आमची सामाजिक रचना राजकारणाशी जोडली गेलेली आहे. विकास प्रक्रियेमधील एक फार मोठा अडथळा म्हणजे अस्थिरता. त्यातून बाहेर निघणे, तोल सांभाळून पुन्हा उभे राहणे या गोष्टींना वेळ लागतो. अस्थिरतेमुळे शांतता भंग पावते आणि अस्थिरतेचे परिणाम भोगणारे लोक क्षुब्ध होतात. आपल्या देशामध्ये अलीकडे घडलेल्या आणि घडत असणाऱ्या घटनांमुळे केवढी खळबळ माजवली आहे. मध्यावधी निवडणुकांची भीती तर कायमची असते. एका निवडणुकीसाठी किती खर्च होतो हे आपल्याला सर्वांनाच ठाऊक आहे. खेरीज कोणता पक्ष सत्तेवर येईल याचीही निश्चिती नसते. कोणत्याच प्रश्नाचे उत्तर देणे सोपे नाही. आणखी एक महत्त्वाची गोष्ट अशा– राजनैतिक अस्थिरतेचा सर्वात जास्त परिणाम शिक्षण आणि आरोग्य यावर होतो आणि ही जबाबदारी बहुत करून सरकारकडेच सोपवलेली असते. लोकांजवळ या गोष्टींवर खर्च करण्यास पैसेच नसतात. आज आपण आपल्या प्राथमिकतांना स्पष्ट रूप देणे गरजेचे आहे. सक्षमता, सत्यनिष्ठा आणि न्यायनिष्ठा या गुणांची आज आवश्यकता आहे. जोवर तुम्ही लूटमारीलाच आपली पहिली प्राथमिकता मानत राहाल तोवर सेवेला प्राथमिकता कशी देऊ शकाल? आपण आपली सारी शक्ती आपली संसाधने खर्च करण्यातच संपवून टाकू.

ज्या तरुणांना सार्वजनिक जीवनामध्ये काही काम करावेसे वाटते, परंतु आजच्या समाजरचनेमुळे ते बिचकत आहेत त्यांनी एकच गोष्ट करण्यास शिकले पाहिजे– 'नाही' म्हणायला शिकले पाहिजे. का नाही करत ते असे? त्यांच्यासमोर इतर पर्याय आहेत हे ते का समजून घेत नाहीत? आपल्याला पाठीचा कणा आहे हे ते का विसरतात?

जॉन एफ केनेडी यांनी राष्ट्रपतीपदाची शपथ ग्रहण करताना म्हटले होते, 'तुमचा देश तुमच्यासाठी काय करू शकतो हे विचारू नका. तुम्ही तुमच्या देशासाठी काय करू शकता हे विचारा.'

माझा प्रश्न असा आहे, 'आजचा युवक जर आपल्या आईवडिलांविरुद्ध आवाज उठवू शकतो तर मग तो अन्यायाविरुद्ध का नाही आवाज उठवत? भ्रष्टाचाराविरुद्ध का नाही उभा राहत? दुर्वर्तनाला का नाही विरोध करत?' याचे कारण एवढेच आहे की, या गोष्टींपासून दूर राहणेच त्याच्या दृष्टीने सोईचे आहे.

आपल्या नेत्यांकडे आपण आशेने पाहत असतो हे खरे आहे, पण याचा अर्थ आपण त्यांना प्रश्न विचारू शकत नाही असा होत नाही.

अलिकडेच झालेल्या ट्रकचालकांच्या संपाची गोष्ट घ्या. या सत्याला सामोरे जावे लागेल हे तर खरेच परंतु असे साऱ्या देशात घडत आहे.

मार्गरिट थॅचरच्या कारकीर्दीमध्ये कोळसा खाणीतील कामगारांनी अनेक वेळा हरताळ पाडला. थॅचरनी कोळसा खाणींचे खाजगीकरण करून टाकले. त्यांनी सारी व्यवस्थाच आपल्या ताब्यात घेऊन टाकली होती. पॅरिसमध्ये झालेल्या रेल्वे हरताळाच्या काळात किती कठोर उपाय योजले गेले होते. त्यावेळी तेथील सारी वाहतूक व्यवस्था विस्कळीत होऊन गेली होती. जोवर राष्ट्रीय संघटना सक्रीय आहेत तोवर हे असे घडतच राहणार. आपल्या नाकापलिकडचे काहीही पाहू न शकणारे नेतेही आहेत. नोव्हेंबर १९९४ मध्ये मी कलकत्त्याला गेले होते. तेथील लोकांनी तुरुंग सुधारणेबद्दलच्या माझ्या विचारांचे मनापासून स्वागत केले परंतु राजकारणी लोकांनी त्या विचारांचा स्वीकार केला नाही. सत्ताधारी डाव्या पक्षाच्या एका नेत्याने तर मी कलकत्ता जेलमध्ये गेले हेच अयोग्य होते असे सांगितले. तेथील जेलमंत्र्यांना वाटले की, मी त्यांच्यावर आक्रमण करत आहे. मी तर फक्त सुटका झालेल्या कैद्यांच्या पुनर्वसनासाठी काही नवे करण्याचा प्रयत्न करत होते. यासाठी मला एखाद्या नेत्याबद्दल भक्ती प्रदर्शित करण्याची काय जरूर होती? सुधारणा करणे ही एक लांबलचक आणि गुंतागुंतीची प्रक्रिया आहे. देशाची सेवा करणे हे माझे ध्येय आहे– मग मी ते काम एक पोलिस अधिकारी म्हणून करीन किंवा बाहेर राहून करीन.

□

माध्यमांची जबाबदारी

राजनैतिक बातम्या, घटना यांवर माध्यमांचे लक्ष केंद्रित झालेले असते. सामाजिक संस्था करत असलेल्या चांगल्या कामांना नीटपणे प्रकाशित करण्यासाठी वृत्तपत्र-मासिकांमध्ये एक 'आशेचे पान' असणे आवश्यक आहे. अशामुळेच तर लोकांना गरीब आणि कमजोर वर्गासाठी निस्वार्थ बुद्धीने समर्पित होऊन काम करण्याची स्फूर्ती मिळेल. एखादा सरकारी कर्मचारी चांगले काम करत असेल तर व्यवस्था त्याला ठोकून तरी काढते किंवा बदलीच्या रूपाने शिक्षा तरी देते. त्यावेळी ही माध्यमे कोठे झोपा काढत असतात? मिटक्या मारत तिखट मीठ लावून एक सनसनाटी बातमी बनवून पत्रकार ती आपल्या संपादकाच्या हाती ठेवून देतात.

१९९४ च्या ऑक्टोबरमध्ये सुरतेमध्ये प्लेगची फार मोठी साथ आली होती. त्यावेळी दूरदर्शनने मला, कपिल देवला आणि अमजाद अली खान यांना एक आवाहन करण्यासाठी आमंत्रित केले होते. त्यांची इच्छा होती, मी लोकांना सांगावे की, घाबरण्याचे किंवा चिंतेचे काही कारण नाही. मी त्या व्यक्तीला स्पष्ट सांगितले, 'मी खरोखरच फार घाबरलेली आहे, चिंतित आहे आणि अतिशय रागावलेलीही आहे. नागरिक सेवा आणि सरकार यांच्यावर मी रागावले आहे. या साथीला आळा घालण्याची ज्यांची जबाबदारी आहे अशा लोकांना टीव्हीवर हजर करा म्हणजे त्यांना सार्वजनिक रीत्या आपली जबाबदारी पार पाडण्याचे वचन देता येईल.'

अशी अनेक उदाहरणे मी देऊ शकेन. दोन वर्षांपूर्वी हैद्राबादमध्ये बाराव्या अखिल भारतीय महिला परिषदेचे आयोजन करण्यात आले होते. तेथे राष्ट्रीय महिला मिशन आयोगाच्या अध्यक्षा मोहिनी गिरी यांनी एक मागणी केली. 'ज्या स्त्रिया पुन्हा पुन्हा गुन्हे केल्यामुळे नव्हे तर काही इतर कारणांमुळे तुरुंगामध्ये कैदी असतील किंवा आपल्या पतीच्या दुर्वर्तनामुळे मानसिक संतुलन घालवून बसल्या

असतील अशा स्त्रियांना मुक्त करण्यात यावे' अशी ती मागणी होती.

स्त्रियांना आर्थिकदृष्ट्या स्वावलंबी बनवणे इतके सोपे नाही. परंतु या परिषदेनंतर जी वचने देण्यात आली, ज्या मागण्या करण्यात आल्या त्यांचे पुढे काय झाले हे जनतेला सांगण्याची जबाबदारी प्रसार माध्यमांची आहे. महिला आरक्षण विधेयकाची जी चेष्टा चाललेली आहे त्याबद्दल बोलणे म्हणजे तर वेळ फुकट घालवणेच आहे. यामध्ये प्रसार माध्यमांची भूमिका काय आहे?

१९९३ नंतर माझ्या तिहारमधील कारकीर्दीमध्येच लोकतांत्रिक अधिकार संघ (पीपल्स यूनियन फॉर डेमॉक्रॅटिक राईट्स या संस्थेला लोक पी.यू.डी.आर. या नावानेच अधिक ओळखतात) या संस्थेने तुरुंगात झालेल्या मृत्यूंच्या बाबतीमध्ये केवढे वादळ उठवले होते. प्रसार माध्यमांना मिळाला मसाला आणि लोकांचे झाले गैरसमज. तुरुंगामध्ये जर कुणी आत्महत्या केली तर त्यात कर्मचाऱ्यांची काय चूक? त्या व्यक्तीचे स्वत:चे तणाव, स्वत:च्या समस्या असू शकतात. प्रत्येक अशा मृत्यूनंतर चौकशी करणाऱ्या एस्.डी.एम्. ने जर असे म्हटले की, कैद्याचा मृत्यू जेल कर्मचाऱ्यांच्या अत्याचारामुळे झाला आहे तर आम्हाला नक्कीच जबाबदार धरावे. या अशा संस्था माध्यमांपर्यंत पोचून अशा प्रकारचे गोंधळ निर्माण करतात यावेळी माध्यमांचे कर्तव्य काय ठरते?

किंवा मग भरपूर चर्चा झालेले समलिंगी संभोगाचे प्रकरण घ्या. तिहार जेलमध्ये कैदी असलेले अनेक लोक कित्येक वर्षांपासून तेथे आहेत. प्रत्येक माणसाला लैंगिक सुखाची गरज असतेच– ती तुरुंगामध्ये पूर्ण होऊ शकत नाही अशा समलिंगी मैत्रीसाठी तिहारमध्ये निरोध पुरवण्यास मी नकार दिला यामागची माझी भूमिका प्रसारमाध्यमांना कळलीच नाही. आपण भारतीय संस्कृतीचा हवाला देत असतो– आपल्या संस्कृतीमध्ये या प्रकारांना मान्यता नाही. तिहारमध्येही हे प्रकार काही फार मोठ्या प्रमाणावर घडत होते अशातला भाग नव्हता. मग मी कैद्यांना निरोध वाटण्याची सुरुवात का करावी? दुसरी गोष्ट समलिंगी संभोग ही भारतीय दंडविधानामध्ये एक गुन्हा मानला गेलेला आहे आणि या गुन्ह्यातील भागीदारांना शिक्षा होऊ शकते. प्रसार माध्यमांनी हे सत्य जाणून घेऊन ते सर्वसामान्य जनतेसमोर मांडले का? आम्ही तिहारमध्ये आमच्या पहाऱ्यामध्ये किंवा चौकशीमध्ये कोणताही ढिलेपणा येऊ दिला नाही ही गोष्ट अलग. थोडा विचार करा, ज्या तुरुंगामध्ये दोन हजार कैद्यांच्या जागी दहा हजार कैदी कोंबलेले आहेत ते काय अशा गोष्टींमध्ये सहभागी होणार? एक गोष्ट मात्र खरी, कितीही कमी प्रमाणात हे समलिंगी संभोगाचे प्रकार आढळून आले तरी डॉक्टरांच्या सल्ल्याने असा निर्णय घेण्यात आला की, कैद्यांना निरोध पुरवण्याऐवजी त्यांना एड्सच्या धोक्यांची पुरेपूर कल्पना देण्यात यावी. निदान माझे तरी मत हेच होते.

माध्यमांना हे प्रकरण किती समजले त्यांचे त्यांनाच ठाऊक!

प्रत्येकाला एखाद्या तरी आदर्शाची जरुरी असते असे माझे मत आहे. ज्याचे अनुकरण करता येईल असा आदर्श. समाजाच्या कल्याणासाठी कोणत्या ना कोणत्या समस्येखातर धर्मयुद्ध करत असणाऱ्या लोकांमध्ये हे आदर्श सापडू शकतात. यांच्याबद्दलही माध्यमेच तर लिहीत असतात. ज्या विषयांसाठी धर्मयुद्ध पुकारावे लागेल असे किती विजय आहेत? तुम्ही एम्. टी.व्ही. जरूर बघा; पण थोडेसे लक्ष वाहतुकीचे प्रश्‍न, प्रदूषण यांच्याकडेही द्या. शक्यता असंख्य आहेत. माध्यमांनी भ्रष्टाचार, सामाजिक दुर्वर्तन आणि इतर नकारात्मक प्रकारांच्या विरोधामध्ये हिंसात्मक घटनांमध्ये भाग घ्यावा असे मी सांगू शकत नाही. परंतु शेवटी दबाव गटाची निर्मिती कोण करणार? समाजावर दूरगामी परिणाम घडवून आणणाऱ्या बाबींवर चर्चेला सुरुवात कोण करणार? अनुचित कृत्यांविरोधी सकारात्मक लोकमत कोण तयार करणार?

सर्वात महत्त्वाची गोष्ट ही आहे की, प्रसारमाध्यमे चांगल्या कामांबद्दल प्रचार करणार नाहीत तोपर्यंत आपल्याला सामुदायिक योगदान आणि सहकार्य कसे मिळेल? 'हिंदुस्थान टाईम्स' या इंग्रजी दैनिकाच्या दोन वार्ताहरांनी माझे जे चारित्र्यहनन केले आहे त्याची किंमत ते कधीही मोजू शकणार नाहीत. खरे खोटे काहीही तपासून न पाहता या दोन वार्ताहरांनी एक बातमी खुशाल छापून टाकली– तुरुंगाच्या नियमांचे उल्लंघन करून, मी अनेक वर्षे तिहारमध्ये कैदी असलेल्या चार्ल्स शोभराजला टाईपरायटरची सोय उपलब्ध करून दिली आहे अशी ती बातमी होती. मी भारताच्या प्रेस परिषदेसमोर माझी याचिका दाखल केली. पूर्ण तपासाअंती परिषदेने मला निर्दोषी ठरवले आणि त्याचबरोबर हेही जाहीर केले की, संबंधित वृत्तपत्राने जेल मॅन्युअलचे नियम ३२ व ३३ सर्व कलमांसह उदधृत केलेले नाहीत आणि त्यामुळे या वृत्तपत्रामध्ये प्रकाशित झालेली माहिती प्रतिवादीबद्दल संशय उत्पन्न करणारी होती. याचा परिणाम असा झाला की, वाचकाला या माध्यमाद्वारे अशी काही माहिती मिळाली की, जीमुळे त्याच्या मनात माझ्याबद्दल एक किल्मिष उत्पन्न होईल. अशा प्रकारच्या भ्रामक बातम्या छापण्याचा प्रसार माध्यमांना अधिकार आहे काय?

आणखी एक गोष्ट. मी तिहार कारागृहाचे भक्कम दरवाजे गैरसरकारी संघटना, स्वयंसेवक, उद्योगपती यांच्यासाठी उघडले होते तेव्हा प्रसारमाध्यमांना आत येण्याची मनाई केली नव्हती. इतक्या मोठ्या प्रमाणावर बाहेरून मदत आत येत असताना देखील एकही सुरक्षासंबंधी चूक किंवा अपराध घडून आला नाही या गोष्टीकडे प्रसार माध्यमांनी जगाचे लक्ष वेधून घेण्याचा प्रयत्न तरी केला? अनुशासनहीनतेची एकतरी घटना प्रसारमाध्यमांकडे आली? तिहारमधील माझ्या

कार्यकाळामध्ये प्रचार-प्रसार माध्यमांनी खूप सकारात्मक प्रचार केला, लेख लिहिले, चित्रपट बनवले ही गोष्टही खरी आहे. या सर्व गोष्टींचा कैद्यांना खूप फायदा झाला. इतका प्रचार प्रसार झाला नसता तर माझ्या कारकीर्दीमध्ये त्यांना जे मिळाले ते मिळाले नसते. एक पोलिस अधिकारी या नात्याने मी तर्कसंगत शक्तीचा भरपूर वापर केला. सरकार तर फक्त नेमणुका करते. मी कायद्याने लिहून दिलेल्या नियमांचे पालन करते. तुम्ही मनातून मुळापासून एक चांगली व्यक्ती असाल तर तो चांगुलपणा तुमच्या कामामध्ये प्रतिबिंबित होतो. गेल्या निवडणुकीमध्ये तीन राजकीय पक्षांनी मला राजकारणात येण्याचे आमंत्रण दिले होते. मी त्यांना नकार दिला याचे कारण असे की, मी जे काम पोलिस अधिकारी म्हणून करू शकते ते एक राजकारणी या नात्याने करू शकणार नाही.

मी एक स्त्री आहे म्हणून प्रसारमाध्यमे माझा पाठलाग करतात असे नव्हे, तर मी जे काम करते त्याकडे ती माध्यमे आकर्षित होतात. मी या जगाचे दोन भाग पाडले आहेत. जे लोक काम करतात ते एका भागात आणि जे काम करत नाहीत ते दुसऱ्या भागात आहेत. माझ्या शोधामध्ये परिणाम, कौशल्य, गुणवत्ता आणि अधिक चांगले उत्पादन या गोष्टी अंतर्भूत आहेत.

व्यसनमुक्त झालेले लोक आणि त्यांचे कुटुंबीय, किंवा तिहार तुरुंगात बंदी असलेले किंवा सुटलेले लोक मला त्यांच्या आईच्या ठिकाणी मानून माझ्या सुखदुःखात भागीदार बनले आहेत याचे कारण काय असेल? कदाचित मी माझे काम पूर्ण निष्ठेने करते हे त्याचे कारण असेल. मी एवढे तरी नक्कीच केले आहे, जो समाज या लोकांकडे तुच्छतेने पाहत होता, त्याच समाजामध्ये राहून आपले योग्य ते काम करत राहण्याची हिंमत मी या लोकांना दिली आहे.

तिहार तुरुंगातील जादूगारीण किंवा पाईडपायपर अशी नावे मला या माध्यमांनीच तर बहाल केली आहेत. मी प्रसार माध्यमांची लाडकी आहे अशी लोकांची तक्रार आहे. मी जर चांगले काम करत असेन तर त्या कामाला प्रसिद्धी मिळवून देण्यानेच मी आणखी कोणाला तरी प्रेरित करू शकेन असे घडलेही आहे. आणि यात वाईट काय आहे?

□

कुटुंबाची भूमिका

आईवडिलांना त्यांच्या मुलांच्या कल्याणाची जेवढी चिंता असते, त्याच तीव्रतेने त्यांना परिवार कल्याणाचे महत्त्व जाणवत नाही. आपल्या देशातील आईबाप फुटबॉल आणि क्रिकेटचे संघच जन्माला घालत आहेत.

गेल्या पाच दशकांमध्ये कोणीही देश आणि समाजाच्या समस्यांचा गंभीरपणे विचार केलेला नाही. आपल्या नेतृत्वाने देशाच्या हिताकडे दुर्लक्ष करून आपल्या स्वत:च्या स्वार्थाला प्राथमिकता दिली आहे. आपण सर्वजण आपल्या अधिकारांबद्दल बोलत असतो, परंतु कर्तव्यांची आठवण मात्र ठेवत नाही. आपल्या राजकारणी नेत्यांची कुटुंबे किती मोठी आहेत हे तर सर्वांनाच ठाऊक आहे. आपल्या देशासमोरील सर्व समस्यांचे मूळ आपल्या लोकसंख्येमध्ये आहे. यावर अंकुश कोण लावणार? चारही दिशांनी वाढणाऱ्या नव्या नव्या झोपडवस्त्या आणि प्रचंड गर्दी. देशावर आपले तनमनधन उधळून देण्याचा विचार मनात यावा एवढा वेळ कुणाला आहे? स्वत:चे कुटुंब मर्यादित ठेवण्याची नैतिक जबाबदारी आपली स्वत:ची आहे हे आता या देशातील जनतेने समजून घेतले पाहिजे.

आपल्या देशातील ६०% गर्भधारणा या योगायोगाने होतात. यावरून स्त्रियांना स्वत:चेच शरीर किती अनोळखी आहे एवढी एकच गोष्ट स्पष्ट होते. अशा रीतीने आधी निश्चित न करता झालेल्या गर्भधारणेतून अशक्त बालक जन्म घेते. ही अशक्त बालके पुढे कमजोर युवक बनतात आणि साऱ्या देशाला कमजोर बनवून टाकतात. याहूनही अधिक गरजेचे आहे, आईवडिलांनी आपल्या मुलांना नैतिक शिक्षण देणे. स्वत:च्या आचरणाने मुलांना नैतिकता शिकवण्याचे काम आज किती आईबाप करतात? आपल्या देशात वाचण्यासाठी उत्तम पुस्तके आहेत, शिकण्यासाठी उत्तम तंत्रज्ञान आहे. परंतु जुन्या पिढीच्या मूल्यांचा मात्र संपूर्णपणे अभाव आहे. नव्या पिढीला पुन्हा ही मूल्ये शिकवण्याचा एकच मार्ग आहे. आणि तो म्हणजे आपल्या कुटुंबामध्ये या जुन्या मूल्यांची पुन्हा स्थापना करण्यासाठी

योग्य वातावरण निर्माण करणे.

माझ्या २५ वर्षांच्या पोलिस सेवेमध्ये मी माझे कर्तव्य पार पाडण्यासाठी अनेक संकटांना तोंड दिले आहे. मी आज या स्थानावर पोचले आहे त्यापाठीमागे असलेले माझ्या आईवडिलांचे योगदान मी कधीही विसरणार नाही. त्यांनीच मला निर्भय आणि साहसी बनवले. मी माझ्या कारकीर्दीमध्ये अनेक कठीण, वाईट परिस्थितीमधून गेले आहे. लोक माझ्या दुर्दम्य धाडसाचे कौतुक करतात परंतु जेव्हा त्यांच्या स्वत:च्या मुलीचा प्रश्न येतो तेव्हा मात्र तिचे लौकर लग्न उरकून टाकून जबाबदारीतून मुक्त व्हावे असाच विचार ते करतात. असे आईवडील आपल्या मुलींवर अन्याय तर करतातच परंतु येणाऱ्या सोनेरी भविष्य काळालाही कलंकित करतात. माझ्या आईवडिलांनी मला पहिल्यापासूनच बोलण्याचे स्वातंत्र्य दिले. मला शिक्षण दिले, ते मला समारंभामध्ये बरोबर घेऊन जात आणि लग्नामधील हुंडा देण्याच्या प्रथेवर बहिष्कार टाकण्याची प्रेरणा देत. आमचे आईवडील आम्हा चारही बहिणींना विचारत, 'तुम्ही असंच हुंडा देऊन लग्न करणार का? तेव्हा आम्हाला रडू फुटे. आम्ही उत्तर देत असू– नाही डॅडी आम्ही असं कधीच करणार नाही. आम्ही विकल्या जाणार नाही.' आणि तेव्हापासून आजपर्यंत मी स्वत:च्या जीवनाचे एक ध्येय निश्चित करून टाकले आहे– खूप मेहनत आणि कडक स्वयंशिस्तीचे पालन.

आज मला जे परिवर्तन दिसून येत आहे त्या परिवर्तनाचे आणि जागरुकता यांचे श्रेय आपल्या शिक्षण प्रणालीलाही देणे आवश्यक आहे. आज मुलगी शिक्षित होत आहे म्हणून प्रश्नही विचारू लागली आहे की, एवढे शिक्षण घेतल्यानंतरही हुंडा का द्यायचा? परिवर्तनामुळे आपण प्रगती करत आहोत. परिवर्तनामध्ये प्रत्येक गोष्टच अस्थिर असते. पदवीपर्यंत शिक्षण देऊन परिवर्तन थांबवू नका. त्यांना स्वत:च्या पायावर उभे राहण्यास प्रोत्साहन द्या. कारण आपली लोकसंख्या वेगाने वाढत आहे आणि साधने कमी होत आहेत. अशा परिस्थितीमध्ये सरकारही बेकारीची समस्या किती प्रमाणामध्ये सोडवू शकेल? म्हणून मुलींना असे काहीतरी कौशल्य शिकवा ज्यामुळे त्या स्वत:पुरते पैसे निश्चित मिळवू शकतील.

या बदलामुळे निर्माण झालेल्या समस्या सोडवण्यासाठी जागरूक कुटुंबाची आवश्यकता आहे. आपण या समस्यांना महिलांच्या समस्या न मानता कुटुंबाच्या समस्या मानल्या पाहिजेत आणि यासाठी संघटित होऊन एकजूट करून पुढे आले पाहिजे.

सर्व संघटनांनी आपल्या समाजात खोलवर रूजून बसलेल्या प्रत्येक वाईट गोष्टींशी लढा दिला पाहिजे.

बेईमानी सर्वच ठिकाणी पसरली आहे. पोलिसही त्यात सामील आहेत आणि राजकारणी लोकांचा दबावही पडतच असतो. प्रामाणिक आणि कर्तव्यनिष्ठ असे लोक फारच थोडे आहेत. हे लोक आपला स्वाभिमान सांभाळून वागतात. अशाच वेळी उपयोगी पडण्यासाठी आपल्याला संघटनांची आवश्यकता असते. संघटनेमुळे आपले आत्मबल वाढते आणि त्याचा कौटुंबिक सुखालाही फायदा होतो. कुटुंब स्त्रीला प्रिय असते. संघटनेमुळे मानसिक विकास होतो. स्वत:चे रूप प्रकट करण्यामध्ये संघटनेची महत्त्वाची भूमिका असते. आपला देश व समाज यांच्या विकासासाठी स्वत:च्या व्यक्तित्वाचा विकास करणे अत्यंत आवश्यक आहे. स्त्री असो की, पुरुष आपल्याला स्वत:च्या विकासाबदल बोलायचे आहे. आज लग्नसमारंभांमध्ये दिखाऊपणासाठी जे भयंकर पैसे उधळणे, खाद्य पदार्थ फुकट घालवणे यासारखे अनावश्यक खर्च केले जातात या विरुद्ध एक प्रचंड आंदोलन उभारले गेले पाहिजे– या अशा अनावश्यक खर्चावर बंदी आणून वाचलेला पैसा देशाच्या कामासाठी वापरता येईल.

नारी ही एक शक्ती आहे. तीच आपल्या पुत्रांना, पतीला आणि भावांना चांगले संस्कार देऊन कुटुंबाला एकत्रित करू शकते आणि त्यायोगे देशामध्ये पसरलेल्या आतंकवाद, अलगाववाद, सांप्रदायिकता आणि जातीयवादाचा समूळ नाश करू शकते.

माणसाच्या अंतर्यामी एक अद्‌भुत शक्ती असते. ही शक्ती त्या माणसाला त्याच्या इच्छेप्रमाणे यश मिळवून देते. त्या शक्तीला ओळखण्याची मात्र जरुरी असते.

मोठ्यात मोठ्या पर्वतामधूनही गोड पाण्याचा झरा फोडू शकणाऱ्या शक्तीचे नाव आहे स्त्री. नारीला निसर्गानेच एका अद्वितीय भेटीने अलंकृत केले आहे– त्या भेटीचे नाव आहे धैर्य. आपल्या देशामध्ये चांगल्या व्यक्तीची कदर थोडी उशीरा होते हे आपले दुर्भाग्य आहे. अजून मुक्काम दूर आहे, प्रवास दूरचा आहे. अजून मला खूप कामे करावयाची आहेत. विद्यार्थ्यांना सकाळपासून संध्याकाळपर्यंत कामामध्ये गुंतवून ठेवणे सर्वात जरुरीचे आहे. आमच्या संपूर्ण शिक्षण व्यवस्थेमध्ये अनेक कमतरता आहेत. त्यांना निवासी शाळांमध्ये पाठवण्याऐवजी दिवसभराच्या शाळेमध्ये पाठवले गेले पाहिजे. कोणत्याही बालकाला योग्य किंवा हुशार विद्यार्थी बनण्यासाठी काहीही जगावेगळे करावे लागणार नाही. त्याने फक्त स्वत:चे शिक्षण चालू ठेवून स्वत:ला प्रेरित करण्याचे काम स्वत:च करायचे आहे. धूम्रपान, अमली पदार्थांचे व्यसन किंवा हिंसेसारख्या विघातक, विध्वंसक सवयींपासून दूर राहून योग्य त्या समाजोपयोगी कार्यामध्ये त्याने भाग घेतला पाहिजे. किशोरावस्था ही आयुष्यातील एक सुंदर अवस्था आहे. एक योग्य आणि हुशार विद्यार्थी बनून

आयुष्यात रस घेऊन आनंद प्राप्त करून घेणे हेही महत्त्वाचेच आहे. त्याने यापासून वंचित राहू नये.

तसे पाहता मी महिलांसाठी आरक्षण असावे या मताची आहे. घर सांभाळणे हे तर स्त्रीच्या स्वभावातच असते. परंतु आज स्त्रियांना समाजाच्या विकासासाठी एक महत्त्वाची सकारात्मक भूमिका पार पाडायची आहे. आपल्या मुलांना सुयोग्य नागरिक बनवणे ही तर स्त्रीचीच जबाबदारी आहे. आपल्याकडे स्त्रिया आधी स्वतःच्या कुटुंबाचा विचार करतात आणि मग समाजाचा. येथूनच पतनाची प्रक्रिया सुरू होते. जुन्या पिढीतील स्त्रीप्रमाणे आजची स्त्री भेदभाव सहन करते असेही नाही. याचे कारण आहे चांगले शिक्षण. स्त्रिया एक शक्तीचा स्तंभ असतात. त्यांनी आपली जबाबदारी टाळून चालणार नाही. त्यांनी तर स्वतःचे कर्तृत्व सिद्ध करण्यासाठी मोठ्या धैर्याने कामे पार पाडली पाहिजेत.

सफल स्त्रिया म्हणजे ज्यांनी काही मिळवले आहे, काही कार्य करून दाखवले आहे अशा स्त्रिया. एक सुखी कुटुंब, एक यशस्वी नोकरी, भरपूर पैसे, चांगली प्रकृती, अभिमान वाटावा अशी मुले आणि समाधान. एखाद्या स्थानावर जाऊन पोचणाऱ्या स्त्रीलाच लोक सफल स्त्री मानतात. यामध्ये इंदिरा गांधींचे उदाहरण पाहू. शक्ती होती, प्रसिद्धी होती परंतु त्यांचे वैवाहिक जीवन जसे असावे तसे नव्हते. व्यक्तिगत पातळीवर त्या किती सुखी होत्या? फिल्मी कलावंत किती पैसा मिळवतात, केवढ्या संपन्नतेमध्ये राहतात, परंतु त्यांच्यापैकी कोणाचा पती हिंसक असतो तर कुणाच्या पतीचे दुसऱ्या स्त्रियांशी संबंध असतात. पैसा कितीही असला तरी त्यांच्या व्यक्तिगत जीवनामध्ये एकलेपणा भरलेला असतो. लोकांना फक्त बाह्य परिस्थिती दिसते. आतील एकटेपण कुणालाच दिसत नाही. काही गमवावे लागते, काही मिळवावे लागते. सफलतेची एक किंमत द्यावी लागते– ही किंमत दुसऱ्या कुणाच्याही नजरेस पडत नाही. मला घरातील संसारातील कामकाजाची काहीच माहिती नाही. माझ्या पेशामध्ये नोकरीमध्येही कितीतरी चढउतार आले, किती अडचणी आल्या, किती संकटे आली. माझी लवचिकता, आपल्या अंतरामध्ये नवी शक्ती जागृत करण्याची माझी क्षमता यामुळेच मी यातून तरून गेले. प्रत्येक सफल स्त्रीच्या यशाचे हेच रहस्य आहे. त्या भाजीवालीचेही हेच रहस्य आहे. ती तीन मुलांचा सांभाळ करताना हसत राहते. जगाच्या दृष्टीने याला सफलता म्हटले जात नाही ही गोष्ट वेगळी. 'मी तर कुणीच नाही' हाच विचार नेहमी स्त्रियांच्या मनात येत असतो. त्या संकोचत राहतात. कोणी घरातील हिंसक वातावरण बदलून टाकू शकली, गरीबीतून सुटका करून घेऊ शकली, अनावश्यक श्रमांतून मोकळी होऊ शकली तर तिलाही एक सफल स्त्रीच म्हटले पाहिजे. सकारात्मक आशावादी दृष्टिकोन

अंगीकारायचा असेल तर प्रथम स्वत:चे आरोग्य सुधारा. तुम्हाला शारीरिक आणि मानसिक दृष्ट्या निरोगी ठेवतील असे खेळ खेळा. अन्न विचार करून खा. शारीरिक दृष्ट्या तुम्ही निकोप असलात तर तुमचा जगाकडे पाहण्याचा दृष्टिकोनही बदलून जातो. आजारी, दुर्बळ स्त्री काय लढणार? हीच गोष्ट पुरुष आणि मुले यांनाही लागू पडते. स्त्रियाच सफलतेचा संबंध दैवाशी जोडतात. मी पोलिसदलामध्ये निवडली गेले यामध्ये नियतीचा हात होता हे सत्य आहे. ती वेळ, तो क्षणच असा होता की, पुरुषांच्या क्षेत्रामध्ये शिरणे शक्य होते. कोणालाही सर्वच मिळत नाही. परंतु प्रत्येकाला काही ना काही नक्की मिळते. बाकी सर्व आपल्याच मनात आपल्याच अंतरात असते. याच स्थानापासून सीमा, मनाई आणि प्रतिबंध तयार होण्यास सुरुवात होते.

स्त्रिया आणि मुले यांना सण-समारंभ फार प्रिय असतात. कदाचित सर्वांनाच या गोष्टी आवडत असतील परंतु आजकाल होळीचा सण हा फार भयंकर स्थितीला येऊन पोचला आहे. अबीर गुलाल फासून सामूहिक रीत्या नाचणे आता फक्त चित्रपटांपुरतेच मर्यादित राहिले आहे. समाजामध्ये तर होळीच्या दिवशी असंख्य अपराध घडून येतात. शेण, कचरा, ग्रीस आणि अनेक घातक रंग फेकले जातात– त्यामुळे अनेक रोग होतात. दारू पिऊन एकमेकांची, विशेषत: स्त्रियांची छेड काढणे, आणि घाणेरड्या खोड्या करणे या गोष्टी होऊ लागल्या आहेत. कित्येक ठिकाणी होळीच्या दिवशी दगडफेक आणि लाठीकाठी सुद्धा होते. गल्ल्या मोहल्ल्यांमध्ये प्रेम आणि सद्भावनांच्या जागी शिवीगाळी आणि भीतीचे वातावरण तयार होते. सर्वात मोठा तणाव पोलिस, सभ्य नागरिक आणि चिकित्सक यांच्या मनावर असतो. होळीच्या दिवशी संध्याकाळी रुग्णालयांमध्ये जखमी आणि दारूने धुंद झालेल्या लोकांची बेसुमार गर्दी झालेली आढळते.

अनेक लोक आजकाल सणासमारंभाचे गैरफायदे घेताना दिसतात. वाणी मालामध्ये भेसळ करतो तर समाज विघातक आणि लफंगे लोक घाणेरड्या गोष्टी करू लागतात. प्रवास महाग आणि असुरक्षित बनतो. होळीच्या निमित्ताने लोक दुसऱ्याला त्रास देण्याची मजा लुटतात. खरे तर होळी हा इतक्या नीच पातळीवर जाण्याचा सण नाही. स्वयंशिस्तीच्या अभावामुळे होळीची गोडी विकृत झाली आहे. याच कारणामुळे आज सभ्य आणि साधे सरळ नागरिक होळीच्या दिवशी घराबाहेर पडणे उचित नाही असे समजतात.

होळीच्या या विकृत रूपाला सुधारण्याचा एक मार्ग आहे. जनतेमध्ये सभ्य सांस्कृतिक वातावरणाची निर्मिती करून प्रसारमाध्यमे यामध्ये फार महत्त्वाची भूमिका बजावू शकतील. टीव्हीवर होळीच्या बरेच दिवस आधीपासून सतत चांगली सामाजिक गीते, होळीगीते, चांगली नाटके आणि सामाजिक सद्भावनांचे

दर्शन घडवणारे चित्रपट दाखवले गेले पाहिजेत. वृत्तपत्रांनी होळी नजरेसमोर ठेवून हास्यविनोदाबरोबरच गंभीर सांस्कृतिक लेखही सतत प्रसिद्ध केले पाहिजेत. शासनानेही स्वत:ला सावध बनवणे फार आवश्यक आहे. आणि हे सारे होळीपुरतेच का– गलिच्छ चित्रपटांवर कायमचीच बंदी घातली जावी, चित्रपट गीतांवर आधारित कार्यक्रमांची पातळी वाढवावी. समाजातील सभ्य स्तराने असभ्य स्तराविरुद्ध मोहीम उघडावी, तेव्हाच होळी मजेदार होईल.

होळीच्या दिवशी घराबाहेर जाण्याची आम्हाला कधीच परवानगी नसे. घरामध्ये सर्व आपलीच माणसे असतात त्यामुळे होळीची खास अशी एकही आठवण माझ्याकडे नाही. हां, एक-दोनदा होळीच्या वेळेस मी रेल्वेमधून प्रवास करत होते तेव्हा रस्त्यामध्ये शेणाला आणि कचऱ्याला तोंड द्यावे लागले होते. एकदा मोटारीतून जात होते. काही लोकांनी मोटार अडवली आणि ते पैसे मागू लागले. मी नकार दिल्यावर मोटारीवर दणादण लाथ्या पडू लागल्या. मग पैसे दिले तेव्हा कुठे सुटका झाली. परंतु तोवर मोटारीचे रूप पार पालटून गेले होते.

एकूणच समाजातून नैतिकता नाहीशी होऊ लागली आहे. या नैतिकतेला पुन्हा जीवदान देऊन जोपासावे लागेल. यासाठी योजनापूर्वक काम करावे लागेल. होळी किंवा कोणत्याही सणाचे सौंदर्य वाढवण्यास फक्त सामाजिक शांती आणि प्रगतीच उपयोगी पडते.

दिवाळी हा माझा आवडता सण आहे. परंतु दिवाळीसारख्या पवित्र आणि सुंदर सणाचे आज काय स्वरूप आहे? एके काळी हा कौटुंबिक समारंभ होता– कोठे गेले ते दिवस? आज हा एक धंदा बनला आहे. प्रत्येक दिवाळीमध्ये किती लोक मरतात आणि किती लोक मिठाया खाऊन आजारी पडतात. दिवाळीच्या दिवशी भेटवस्तू देण्यावर मनाई घातली पाहिजे, असे मी पूर्वीही म्हटले आहे आणि आजही म्हणते आहे. 'माँ वैष्णोदेवी का अद्‌भुत चमत्कार' सारखी वृत्तपत्रे बंद झाली पाहिजेत. यामध्ये छापखान्याच्या मालकांना पकडून समज दिली गेली पाहिजे की, लोकांना चुकीचे मार्ग दाखवू नका. मला फार संताप येतो. खरे पाहिले तर आपण नाराजी, क्रोध, राग यांना एक नकारात्मक रूप दिले आहे, का कोण जाणे! क्रोधाचा उपयोग प्रतिकूल परिणामातच केला जाईल असे नाही. सर्वात जास्त संताप मला बेशिस्तपणाचा येतो. जेव्हा मी सकाळच्या रपेटीला किंवा धावायला जाऊ शकत नाही किंवा एखादे काम मी माझी पूर्ण क्षमता वापरून केले नाही असे मला जेव्हा जाणवते तेव्हा मला स्वत:चाच संताप येतो. माझ्या रागानेच मला उत्साही आणि जोमदार पोलिस अधिकारी बनवले आहे. शिवाय इतक्या साऱ्या वादळांना तोंड द्यायला मला माझा रागच उपयोगी पडला आहे. मला तर वाटते की, हा माझा रागच मला जिवंत ठेवतो.

तसे पाहिले तर मला जिवंत ठेवण्यामध्ये पुस्तके ही एका उत्सवाचेच काम करतात. आर. एच. लॅसरच्या 'सेंट अँड सेजिस' पासून स्वामी दयानंद सरस्वतींच्या 'लाइट ऑफ ट्रूथ', बर्नार्ड शॉ पासून जॅक कॅनफील्डने संपादित केलेल्या 'अ थर्ड सर्व्हिंग ऑफ चिकन सूप' ही माझी काही आवडती पुस्तके आहेत. अलीकडे मी कृष्णमूर्ती आणि भगवान रजनीश यांचाही अभ्यास सुरू केला आहे.

जॅक कॅनफील्डला भेटणे हा एक सुखद अनुभव होता. त्यांनी माझे 'आय डेअर' हे पुस्तक मुंबईमध्ये खरीदले होते. आम्ही जेव्हा दिल्लीमध्ये भेटलो तेव्हा त्यांच्या आगामी पुस्तकाचा मी एक भाग बनले आहे हे मला कळले. जॅकला विपश्यनेमध्ये खूप रस आहे. हार्वर्डमधील आपले कायद्याचे शिक्षण जॅकने १९६८ मध्ये सोडले आणि कृष्णवर्णीय बालकांसाठी कल्याणकारी काम सुरू केले.

सफल होण्याचा जॅकचा उपाय दहा भागांमध्ये विभागलेला आहे. स्वत:च्या शक्तीला ओळखा, स्वत:बद्दल सकारात्मक विचार करा, आपल्या जुन्या यशांची पुन्हा एकदा तपासणी करा, दूरदृष्टी ठेवा, आपली नजर आपण निश्चित केलेल्या ध्येयावरून ढळू देऊ नका. ते ध्येय मनामध्ये स्पष्ट रूपाने बघा, त्या ध्येयाकडे वाटचाल करत राहा, स्वत:चे मूल्यमापन पुन:पुन्हा करा, आणि अखेरीस जेव्हा तुम्ही सफल व्हाल तेव्हा त्या यशाला एक अनुष्ठान मानून उत्सव साजरा करा. जॅकचे म्हणणे आहे की, विजयी व्यक्ती हे काम अगदी सहजपणे करतात. मी त्यांच्या सकारात्मक कार्याची प्रशंसक आहे.

☐

युवकांना उद्देशून

मला तरुणांना भेटणे फार आवडते कारण मला आपले भविष्य त्यांच्यामध्ये दिसते. प्रत्येक तरुण एक दिवस या देशाचे नशीब बदलू शकेल. फक्त एका व्यक्तीला– योग्य मार्गाने विचार करणाऱ्या फक्त एका व्यक्तीला, योग्य पदावर नियुक्त केले गेले तर आपण ज्याची स्वप्ने पाहत आहोत त्या ठिकाणी आपल्या देश निश्चितच पोचेल.

एका आईने ॲरिस्टॉटलला विचारले, 'मुलाचे खरे शिक्षण केव्हा सुरू होते?'

त्यांनी विचारले, 'तुमच्या मुलाचे वय काय आहे?'

'पाच वर्षं.'

ॲरिस्टॉटलने सल्ला दिला, 'तुम्ही मागे जायला सुरुवात करा. तुम्हाला ५ वर्षं उशीर झाला आहे.'

आपण कधीही धीर सोडता कामा नये आणि ही प्रक्रिया जन्मापासूनच सुरू होते. मला तर वाटते, माझ्या बाबतीत ही प्रक्रिया मी आईच्या गर्भात होते तेव्हाच सुरू झाली होती. माझ्या जन्माच्या वेळी माझ्या आईवडिलांनी माझ्यामध्ये जे पेरले ते आजही माझ्याबरोबर आहे. यामध्ये माझी काहीच कर्तबगारी नाही. हे गुण तर मला माझ्या जन्माबरोबर वारशामध्ये मिळाले आहेत. मी सुरुवातीपासून टेनिस खेळत होते. पंजाब पोलिस अकादमीमध्ये आमच्या प्रशिक्षणाची वेळ आली तेव्हा मी माऊंट अबूमधील प्रशिक्षण शिबिर संपवून कलकत्त्याला एका टेनिस स्पर्धेमध्ये भाग घेण्यास गेले होते. तेथून फोन करून मी माझ्या एका सहयोग्याला विचारले, 'प्रशिक्षण कसं चाललं आहे?' तो म्हणाला, 'तू येऊच नकोस.' 'का?' या माझ्या प्रश्नाला त्याने उत्तर दिले, 'इथे फार वाईट परिस्थिती आहे.' परंतु मला तर प्रशिक्षणासाठी जायचेच होते. मी जेव्हा तिथे पोचले तेव्हा मला खरी गोष्ट समजली. प्रशिक्षणासाठी आलेल्या उमेदवारांना पंजाब पोलिस

अधिकारी इतकी लांब दौड मारायला लावत होते की, त्यानंतर हे प्रशिक्षणार्थी मेल्यासारखे पडून राहत. माझे प्रशिक्षण सुरू झाल्यानंतर मी पाहिले तर या लांब दमछाक करणाऱ्या दौडीनंतर पुरुष दमून जाऊन पडायचे तर मी धावतच असे. हे असे का आणि कसे घडून येत असे? कारण ही लंबी दौड (ज्याला तुम्ही मॅरेथॉन दौड म्हणता) मी पोलिसात भरती झाल्यानंतर सुरू केली नव्हती. मी तर खूप लहान होते तेव्हापासून धावत होते. माझी शाळा माझ्या घरापासून दहा किलोमीटर दूर होती.

मी आणि माझी बहीण पहिले पाच किलोमीटर धावत जात असू कारण आम्हाला रिक्शा किंवा टांग्याचा खर्च वाचवून १४ पैशांचे अनारदाणे किंवा चूर्ण विकत घेऊन मिटक्या मारत खायचे असायचे. आम्ही स्वत:साठी मेहनत करत होतो. ही जी प्रक्रिया आहे– कधी न हरण्याची, कधी न मोडण्याची– केव्हा सुरू होते कुणास ठाऊक, मी तर फक्त एवढेच म्हणेन, तुम्ही तुमची दौड उशीरा सुरू केलीत तर तुमचेच नुकसान होईल.

मी फक्त एक संदेश देऊ इच्छिते. तुम्हाला जे काही शिकायचे असेल ते स्वत:चे स्वत:च शिकाल. हे आयुष्य जगण्यासाठी आहे. सूर्य उगवतो. आणि मावळतोही. मी माझे काम नीटपणे करेन किंवा नाही– सूर्य मावळणारच. मी काम केले किंवा नाही सूर्य उगवणारच आणि मावळणारच. आपण भूतकाळाला विसरून जातो. रोजच एक नवा दिवस असतो. कालचा दिवस तर मावळून गेला. मी आज काहीतरी उत्कृष्ट का करू नये? उद्याची सकाळ उजाडेल तेव्हा मला दु:ख होता कामा नये की, मी हे काम अधिक चांगले करू शकले असते.

आंतरिक स्तरावर मी समाधानी आहे. मी काही फार मोठ्या तत्त्वज्ञानातील गोष्ट सांगत नाही आहे. हा गणितातील एखादा सिद्धांतही नाही आहे. मी गणितामध्ये फार कच्ची होते. म्हणून तर मी शाळेतून पळ काढून विज्ञान आणि हिंदी या विषयांकडे गेले होते. ही तर अगदी सरळसोट, सामान्यज्ञानाची गोष्ट आहे.

आपला भविष्यकाळ आव्हानांनी भरलेला आहे. त्यामध्ये फुलेच फुले असणार नाही आहेत– हो– पण गुलाब नक्कीच खूप असतील. तुम्हाला गुलाबांबरोबर काटेही मिळतील. खूप खूप काटे. काट्यांना बाजूला करून सुगंधाचा आनंद कसा लुटायचा हे तुम्हाला शिकावे लागेल. कोणालाही काट्याशिवाय गुलाब मिळू शकत नाही हे लक्षात ठेवले पाहिजे. तुम्ही व्यापारी असा, समाज सेवक असा की, आणखी कुणीही असा, काटे नेहमीच तुमच्याबरोबर असणार आहेत.

काटे एकदाही न बोचता या जगातील प्रवास पूर्ण केलेली एकही व्यक्ती मी पाहिलेली नाही. हे काटे म्हणजे आपल्या समोरची आव्हाने आहेत. निरंतरपणे

संथ असणारा एकही दिवस नसतो. या जीवनाचाही एक निश्चित आराखडा असतो. टेकड्या आणि पर्वत, पहाड, खोल समुद्र आणि पर्वतराजी यांनी काळाचा घटक बनत असतो. कोणतेही दोन दिवस एकसारखे नसतात. प्रत्येक दिवस एक नवीन आव्हान घेऊनच येत असतो. हे काटे म्हणजेच ते आव्हान असते. काटे कापून टाकून फक्त गुलाब ठेवावे असे तुमच्या मनात आले तरीही ते काटे तुमच्या हाताला जखमा करतीलच. महात्मा गांधींचे छायाचित्र पाहिले की, माझे मन उचंबळून येते. या देशाला महात्मा गांधींखेरीज दुसऱ्या कोणत्याही आदर्शाची आवश्यकताच नाही. आपण गांधीजींना समजून घेतले तर आपल्या बऱ्याचशा प्रश्नांचे उत्तर आपल्याला सापडू शकेल. गांधीजींचे विचार आज जितके योग्य वाटतात तितके पूर्वी कधीही नव्हते. त्यांनी कधीही हार मानली नाही. भारत वर्षातील प्रत्येक व्यक्ती एक गांधी आहे. आणि जर नसेल तर ती व्यक्ती त्या प्रक्रियेच्या मदतीने स्वतःचे भविष्य आणि विचारधारा एका निश्चित स्वरूपाकडे वळवत नाही आहे– भारतीय दंड संहितेच्या आधारे हा विश्वासघाताचा गुन्हा ठरतो.

आज बड्या शाळांमध्ये बड्या घराण्यांमधील मुले शिक्षण घेत असतात. त्यांना सर्व प्रकारच्या सुखसोई उपलब्ध असतात. त्यांच्या दैवाने त्यांना हे सर्व बहाल केले आहे. ही मुले देशाला काय परत देणार आहेत? यमुना बंधाऱ्याच्या झोपडवस्तीमध्ये मी ७५० मुलांना मोफत शिक्षण देत आहे. या मुलांपैकी बहुसंख्य मुलांकडे गणवेश, पुस्तके, वह्या विकत घेण्यासाठी पुरेसे पैसे नाहीत. ही मुलेही अखेरीस याच जगामध्ये जन्मलेली आहेत परंतु त्यांच्या दैवात ही झोपडवस्ती लिहिली आहे. ती मुलेही जगतच आहेत.

मी कधीही हातखर्चासाठी पैसे मागितले नाहीत, हवे तर माझ्या आईला विचारा. मी पैशापासून दूर राहणे पसंत करते. माझ्याजवळ पैसे असतील तर माझा वेळ फुकट जाईल आणि वेळ फुकट जाणे, हा खर्च मला परवडत नाही. माझ्याजवळ पैसे नसतील तर माझा वेळ फुकट जाणे शक्यच नाही. मला काही जास्तीचे खाणे पिणेही नको आहे किंवा मला कसली खरेदीही करायची नाही. मला माझ्या संपत्तीचे रक्षण करण्याची जरुरीच नाही कारण माझी संपत्ती कोणीही चोरू शकत नाही. तुम्ही म्हणू शकता की, रुपये पैसे सर्वांनाच हवे असतात. तो पैसा तर आपल्याकडे असणारच, आवश्यक तेवढा असायलाच हवा परंतु त्यावर अवलंबून राहणे जरुरीचे नाही. माझ्याजवळ पैसा आहे परंतु मी त्यावर अवलंबून नाही. जर काही कारणाने माझ्या जवळचा तो पैसा गेला तर मी कोणत्या ना कोणत्या रीतीने तो परत मिळवू शकेन. मी संपत्तीची गुलाम नाही. मला संपत्तीचे गुलाम बनायचेही नाही.

आजच्या पिढीची सर्वात मोठी कमतरता आहे, कृतज्ञता. ही गोष्ट आमच्याजवळ नाही. जे आहे तेच आम्हाला हवे असते. त्याचे उपकार मानण्याचे आपण विसरून जातो. संघटना आणि वेळाची किंमत मला फार लहानपणीच समजली होती. या जगात सहजासहजी कोणतीही गोष्ट मिळत नाही हेही मला कळून चुकले होते. तेव्हाच मला कृतज्ञतेचा अर्थ समजला होता. आज मी याला कमतरता म्हणते कारण आपल्याला जे मिळाले नाही त्यासाठी आपण तडफडत राहतो– जे मिळाले आहे त्याबद्दल आपल्याला कृतज्ञता, वाटत नाही. हा रोग साऱ्या देशाला गिळून टाकू लागला आहे. सरकारी नोकरीमध्ये ही एखाद्या सर्वसामान्य व्यक्तीला जे हवे असते ते सर्व मिळते. परंतु हव्यास, भूक संपत नाही. म्हणूनच तर जे मिळाले आहे त्याचा विसर पडतो. या अध:पाताची सुरुवात कोठे झाली? खूप पूर्वी. मी धनदौलत किंवा सुखसोई यांच्या संदर्भामध्ये कृतज्ञतेबद्दल बोलत नाही आहे. हे एक स्वभाववैशिष्ट्य आहे. ज्या दिवशी मुली कृतज्ञ होतील त्या दिवशीपासून मुलगेही कृतज्ञ होऊ लागतील. तेव्हा आपल्याला एकाही वृद्धाश्रमाची जरुरी भासणार नाही.

गेल्या वर्षी जिनीव्हामध्ये मी मानवाधिकार आयुक्तांना भेटले. ते माझे बोलणे ऐकून अवाक्‌च झाले. मी त्यांना म्हटले, 'जगभर मानव अधिकार आयोगाचे काम चालू आहे. आपण एक मानव कर्तव्य आयोग स्थापन करू शकत नाही का? हे महत्त्वाचे नाही का? ज्या क्षणी तुम्ही कर्तव्याबद्दल बोलता त्याच क्षणी तुम्ही कोणाच्या तरी अधिकाराचे रक्षण करत असता. आपण सकारात्मक मार्ग का अवलंबू नये?' तुम्ही अहिंसक असाल तर तुम्ही हिंसेचा एक बळी वाचवलात. तुम्ही सत्य बोलत असाल तर तुम्ही कोणाला तरी खोटे बोलण्यापासून किंवा कुणाला तरी फसविण्यापासून वाचवता आहात. ज्येष्ठ नागरिकांच्या अधिकारांची एवढी चर्चा होणे हा नकारात्मक दृष्टिकोन आहे. आपण माणसाच्या कर्तव्यांवर लक्ष केंद्रित करणे सुरू केले तर आपली सारी संस्कृतीच बदलून जाईल. रात्री झोपण्यापूर्वी स्वत:ला विचारले पाहिजे– आजचा दिवस अधिक चांगल्या रीतीने जाऊ शकला असता का?

मी जेव्हा पहिल्या वेळी कॉलेजच्या वादस्पर्धेमध्ये नाव नोंदवले तेव्हा अनेक विद्यार्थ्यांनी माझी चेष्टा केली होती. मी व्यासपीठावर पोचले आणि तयार केलेले भाषण पार विसरून गेले होते. परंतु मी व्यासपीठावर जाणे सोडले नाही, मी पुन्हा पुन्हा व्यासपीठावर जात राहिले होते. तेव्हा माझी चेष्टा करणाऱ्या म्हटले होते, 'अरेरे, आपण किरणला साथ दिली असती तर!' त्यांच्याजवळ इच्छांची एक लांबलचक यादी आहे. माझ्याजवळ इच्छांची यादीच नाही. माझ्या मनात एकही इच्छा, एकही कामना नाही. मी एखादी कामना करते तेव्हा ती पूर्ण करते.

फक्त ती कामना योग्य आणि तर्कसंगत असली पाहिजे. मी कधीही 'उद्यांचे वेळापत्रक करत नाही. वेळापत्रक बनवायचे असते 'आज'च्या साठी. आजचे काम आजच करून पहा. आपल्या चारही बाजूंना सर्वसामान्य लोकांची गर्दी आहे. आपले भविष्य आज युवकपिढीच्या हातामध्ये आहे. आपले नेते सामान्य कुवतीचे आहेत. त्यांना आपण बराच काळ आपल्यावर अधिकार गाजवू देता कामा नये. मला जर कधी सत्ता मिळाली तर मी विश्वासघात करणे हा एक गुन्हा आहे असे घोषित करीन. जे लोक देशातील संसाधनांचा नाश करतात ते विश्वासघातकी आहेत. मी परदेशांमध्ये जाते तेव्हा तेथील भारतीय मला विचारतात, 'आम्ही आपल्या देशासाठी काय करू शकतो?' मी त्यांना सांगते, 'ज्यांना काही करायचे असते ते प्रश्न विचारत नाहीत. आपल्या धरतीवर येथे पहा, तुम्ही तुमच्या मातृभूमीसाठी काय करू शकता ते तुम्हाला आपोआपच कळेल. आज युवक पिढीने देशाकडे पाठ फिरवली असली म्हणून काय झाले? ते तेथे राहूनही दोन मातृभूमींची सेवा करू शकतात. तेथे राहून भारताची अधिक सेवा होऊ शकते.

□

स्त्री शक्तीचा उदय

९० च्या दशकामध्ये पुरुषांमध्ये पुष्कळ परिवर्तन घडून आले आहे. आता ते अधिक सजग झाले आहेत आणि निरनिराळ्या भूमिका पार पाडू लागले आहेत. हे सारे महिलांमध्ये घडून आलेल्या बदलाचे फळ आहे. आता स्त्रिया स्वत:ला गौण समजत नाहीत किंवा दुय्यम भूमिकाही निभावत नाही आहेत. प्रत्येक क्षेत्रामध्ये महिला विशेष भूमिका निभावत आहेत कारण आजची स्त्री अधिक सक्षम झाली आहे. म्हणून आज पुरुष हुकूमशहासारखे वागू शकत नाही.

आज स्त्रीपुरुष संबंध पहिल्यासारखे लिंगाधिष्ठित नाही आहेत. आज स्त्रीपुरुष संबंध समजूतदारपणाने निर्माण केले जात आहेत आणि असे होत नसेल तर ते तसे होणे आवश्यक आहे. कोणताही मानवप्राणी संपूर्ण नसतो हे तर सत्य आहे, मग बिचाऱ्या पुरुषांकडूनच त्यांनी आदर्श पुरुष किंवा पती बनावे अशी अपेक्षा का ठेवली जाते? माझ्या दृष्टीने जो सुधारणा करण्यास तयार आहे, सुधारणेचे प्रयत्न करीत आहे तो आदर्श परिपूर्ण पुरुष आहे. असा पुरुष जो जीवनाच्या आणि संबंधांच्या प्रत्येक संदर्भामध्ये सकारात्मक योगदान देऊ शकतो तो आदर्श पुरुष.

आपल्या देशामध्ये विश्वसुंदरी स्पर्धेला अचानकपणे एक नवाच पैलू दिला गेला आहे. तसे पाहिले तर मी माझ्या शाळा कॉलेजच्या दिवसांमध्ये अशा स्पर्धांमध्ये भाग न घेऊन नेहमीच त्यांना विरोध केला आहे. प्रत्येक काम करण्याआधी स्त्रीने आपल्या मानमर्यादांचे भान ठेवले पाहिजे. ज्यावेळी आपण शारीरिक सुंदरतेपेक्षा मानसिक सौंदर्याला अधिक महत्त्व देऊ लागू तेव्हाच आपल्या समाजाचा योग्य विकास होईल. मुली जेवढा पैसा आणि वेळ खर्च करून या स्पर्धांच्या माध्यमातून प्रसिद्धी मिळवतात तेवढ्यामध्ये त्या एखादी उत्तम योजना तयार करून नाव मिळवू शकतात.

येथे प्रश्न स्त्रीमुक्ती किंवा स्त्रीत्वाचा नाही. प्रश्न आहे तो आपल्या स्वत:च्या

सांस्कृतिक, नैतिक मूल्यांचा. शेवटी या प्रकारच्या स्पर्धांमागील हेतू व्यावसायिक फायदा हाच असतो ना? किंवा मग जाहिरात कंपन्यांच्या माध्यमातून केला जाणारा अनेक वस्तूंचा प्रचार-प्रसार. हे असे का केले जाते? ज्या तरुणी, स्त्रिया या अशा प्रकारच्या स्पर्धांमध्ये भाग घेतात त्यांना ही जाण असते का– या पैशामधून आपण केवढी मोठी सकारात्मक कामे करू शकतो? अनेक शोषित, पददलित लोकांची आयुष्ये सुधारण्याची कामे या पैशातून होऊ शकतात. जोपर्यंत स्त्रिया स्वत:मधील निर्णय घेण्याची क्षमता आणि आत्मविश्वास या गुणांचा विकास करून घेत नाहीत तोपर्यंत त्या पदरामध्ये तोंड लपवून रडतच राहतील. आणि निर्णय घेण्याची सवय त्यांना लहानपणापासूनच लावून घ्यावी लागेल.

भारतीय स्त्रीबद्दल मला फार निराशा वाटते. तिच्यामध्ये एक महत्त्वपूर्ण भूमिका निभावण्याची क्षमता आहे तेव्हा ती अशी बावरलेली गोंधळलेली का राहते? आज हुंडा आणि सतीविरोधी कायदे तयार झालेले आहेत हे खरे आहे, परंतु आपला म्हणजे स्त्रियांचा दृष्टिकोन बदलला नाही. आजही सासू सांगते– माहेराला विसरून जा. हाच सल्ला मी आपल्या मुलीला मात्र देत नाही. का बरे? या दृष्टिकोनांमुळेच कुटुंब समाज आणि अखेरीस स्त्रिया दुर्बळ होत जातात.

माझा जन्म १९४९ साली झाला. तेव्हाही मुलीला एक जबाबदारी मानले जात होते आणि आजही. काहीही बदललेले नाही. आजही पुढारलेल्या समाजामध्ये मुलीकडे फक्त एक जबाबदारी म्हणूनच पाहिले जाते. १९९० ते २००० हे दशक आंतरराष्ट्रीय स्तरावर बालिका दशक म्हणून साजरे केले जात आहे हे किती लोकांना माहीत आहे?

मी अगदी लहान होते तेव्हाही मी हे पाहिले होते की, मुलांना अधिक चांगले, पौष्टिक अन्न दिले जात होते. तेव्हाही आणि आजही असे मानले जाते की, मुलगे मोठे होऊन कुटुंबाचा सांभाळ करतील, कुटुंबाचे पालन पोषण करतील तेव्हाच मी ठरवून टाकले होते की, आपल्या आई-वडिलांची काळजी घेण्यामध्ये कोणत्याही मुलापेक्षा कमी ठरायचे नाही.

सर्व तरुण आपल्या वडिलांशी ज्या आदराने वागतात, त्याच आदराने त्यांनी आपल्या आईशी बहिणींशी वागावे असे मला वाटते. सर्व तरुण मुलींना मला हे सांगायचे आहे की, आम्ही पुरुषांच्या बरोबरीच्या भागीदार आहोत, हे सत्य त्यांनी पुरुषांपर्यंत पोचवावे. आम्ही स्त्रिया फक्त मुले जन्माला घालण्यासाठी जन्मलेल्या नाही, एवढे तरी या मुली आपल्या आईवडिलांना नक्कीच सांगू शकतील. खरे तर समस्या आहे ती आपल्या ज्येष्ठ पिढीची. त्यांचा दृष्टिकोन बदलण्याची जरुरी आहे. आजच्या मुलीला प्रथम विजय यावर मिळवायचा आहे.

कन्यादानासारख्या रूढींचा अंत झाला पाहिजे. स्त्रियांवर होणाऱ्या अत्याचारांना

आळा घालण्यासाठी महिला संघटनांना अधिकच महत्त्वाचे कार्य करावे लागणार आहे. पोलिसांवर अवलंबून राहणे कमी करून स्वत:च आव्हानांचा सामना करणे जरुरीचे आहे. पोलिसांमध्ये बदल घडून येत आहे हे खरे असले तरी स्त्रियांनी नेहमी आपल्या तक्रारी लेखी स्वरूपामध्येच नोंदवल्या पाहिजेत आणि एकदा तक्रार नोंदवल्यानंतर त्या प्रकरणाकडे दुर्लक्ष करूनही चालणार नाही. स्त्री आणि पुरुष दोघेही कमालीचे लोभी असतात. परंतु बहुतेक वेळा पुरुष कामामध्ये गुंतलेला असल्याने तो या गोष्टीकडे स्त्रीपेक्षा कमी लक्ष पुरवतो. एक आरामशीर सुखाचे आयुष्य मिळवण्याच्या लालसेने स्त्रिया मागचा पुढचा विचार न करता वैवाहिक जीवनामध्ये प्रवेश करतात. त्या माता बनतात, तेव्हा मातृत्वाची पूर्ण जबाबदारी घेण्यास त्या योग्य झालेल्या असतात काय? बहुतेक वेळा नसतात. बाकी काहीही केले नाही तरी स्त्रीने आपल्या आत्मसन्मानाचे रक्षण हे केलेच पाहिजे.

मुळात आपली न्यायव्यवस्था अशी आहे की, ज्यामुळे अफाट वेळ फुकट जातो. गरीब माणूस सर्वसामान्यपणे कोर्टकचेरीच्या भानगडीत पडतच नाही. त्याला तेथे जे भयानक अनुभव येतात त्याबद्दल बोलायलाच नको. परंतु गरीब स्त्रीची जी दुर्दशा तेथे होते, न्यायासाठी झगडताना तिला जे जे भोगावे लागते ते एक स्त्रीच जाणे!

पन्नास वर्षे अनेक प्रयत्न करूनही इंग्रजांनी तयार केलेल्या कायद्यांमध्ये अजूनही बदल केले गेलेले नाहीत. श्रीमंत माणूस पैशाच्या जोरावर प्रतिकूल स्थितीलाही अनुकूल स्थितीमध्ये बदलून घेऊ शकतो. परंतु आहे त्या परिस्थितीचा सर्वात मोठा फटका गरीब स्तरातील पुरुषाला आणि त्याहून अधिक गरीब स्त्रीला भोगावा लागतो. आपण निर्दोषी व्यक्तीला न्याय मिळवून देण्याच्या गोष्टी करत असतो. परंतु आपली संपूर्ण न्यायप्रणालीच न्याय देणारी कमी आणि शिक्षा देणारी अधिक अशी आहे. आज सामान्य भारतीय नागरिक पोलिस, कोर्ट यांना घाबरतो याचे कारण ही पद्धत आहे.

मी स्त्रियांना घर मोडण्याचा सल्ला देत नाही आहे. घर म्हणजे तर समाजाची आधारशिला आहे. या स्त्रियांच्या आधारानेच तर घरे टिकून राहिली आहेत. म्हणूनच पुरुषांनी आपले प्रथम कर्तव्य हे मानले पाहिजे की, स्त्रियांना पूर्ण मानाने वागवून त्यांना आपली भूमिका अशा रीतीने पार पाडू द्यावी की, बंड किंवा विस्फोटाची वेळच येऊ नये.

एक अजब गोष्ट आहे– पुरुषांना आपली मुलगी माझ्यासारखी बनावी असे वाटते पण आपली पत्नी नाही. पित्याच्या भूमिकेमध्ये पुरुषाला सुरक्षित वाटते मग पती म्हणून असुरक्षित का वाटते? समानता आणि न्याय यावर माझा विश्वास आहे.

माझे स्त्री असणे कधीही माझ्या मार्गात अडथळा बनले नाही. पुरुष जे करू शकतात ते मी करू शकणार नाही हा विचार माझ्या मनातून केव्हाच निघून गेला आहे- जेव्हा मी एम्.ए. झाले आणि १९७२ मध्ये आशियाई महिला लॉन टेनिस स्पर्धा जिंकली होती, तेव्हाच पोलिस अकादमीमध्ये दाखल झाल्यानंतर देशाच्या पोलिस दलामधील पहिली महिला कर्मचारी असल्याने माझा उत्साह इतका वाढला की, काहीतरी करून दाखवण्यासाठी मी उतावीळ झाले आणि लगेच संधी शोधू लागले. दिल्लीमध्ये नेमणूक झाल्यानंतर दारिद्र्यरेषेखाली जगत असणाऱ्या लोकांचे जीवन बघून माझ्या मनातली समाजसेवेची सुप्त भावना जागृत झाली. भिकारी, अनाथ मुले, अपंग अशांना मदत करणे किंवा काही व्यवसाय सुरू करण्यासाठी त्यांना कर्ज मिळवून देणे याने मला आनंद वाटू लागला आणि धोकादायक कामे स्वत:कडे ओढून घेण्यासाठी संघर्ष करणे हा माझा छंद बनला.

माझी स्वप्ने- माझ्या कल्पना- खरे सांगू- माझ्याकडे असे काहीच नाही आहे. मी कधीच स्वप्नांच्या किंवा कल्पनांच्या जगात जगले नाही. माझे विचार, कल्पना स्वप्ने यावर आधारलेले नसतात. ते प्रत्यक्ष वास्तवावर आधारित असेच असतात. मी वास्तवामध्ये जगते. भविष्यकाळाबद्दल माझी काहीही स्वप्ने नाहीत परंतु ध्येये नक्कीच आहेत. परंतु त्यांच्या बाबतीत स्पष्टपणे सांगणे फार कठीण आहे. होय- एवढे खरे की, पोलिस दलात दाखल झाले तेव्हा समाजात घडणाऱ्या गुन्ह्यांना आळा घालण्यासाठी, गुन्हे कमी करण्यासाठी काही ना काही अवश्य करीन, समाजातील सर्वसामान्य लोकांसाठी काहीतरी करीन हा विचार निश्चितच माझ्या मनात होता. म्हणूनच माझी जी काही ध्येये आहेत, जे काही प्रयत्न आहेत. ते मूलत: या दोन गोष्टींशी संबंधित असेच आहेत.

भविष्यकाळांसंबंधी माझे जे विचार आहेत ते कोणत्याही दीर्घ मुदतीच्या योजनांसंदर्भात नाही आहेत. कारण असे करणे अशक्यच आहे. अशक्य अशासाठी की, एकतर हे माझ्या स्वभावातच नाही आणि दुसरे म्हणजे माझ्या कार्यक्षेत्रामध्ये या गोष्टींची काही शक्यता नाही. माझे कार्यक्षेत्र अनिश्चिततेने भरलेले आहे. आज आम्ही इथे आहोत- उद्या कोठे असू कोण जाणे- अशा परिस्थितीत दीर्घकालीन योजना करणे कठीण असते. याचा अर्थ असा नाही की, अशा प्रकारची कामे होतच नाहीत. माझ्या बाबतीतील सर्वात महत्त्वाची गोष्ट ही आहे की, माझे सर्व विचार रोजच्या समस्या, रोजच्या गरजा यांच्यावर आधारलेले असतात. याच गोष्टीवर माझा वेळ अधिक खर्च होतो. रोजच्या रोज आयुष्यात घडणाऱ्या घटनांच्या आधारानेच काय घडायला पाहिजे आणि मला काय केले पाहिजे ते मी निश्चित करत असते. आज मी जे काही थोडे फार करू शकले आहे, ते

कोणत्याही नियोजनपूर्ण कार्यामुळे घडलेले नाही तर त्या त्या क्षणाची गरज आणि सामोऱ्या आलेल्या घटना यांचे उत्तर शोधण्याच्या प्रयत्नातून निष्पन्न झालेले आहे.

भविष्यकाळासाठी काही योजना बनवणे हे फारसे माझ्या स्वभावातच नाही. विद्यार्थी दशेमध्ये मी उत्तम टेनिसपटू होते. खूप पदके जिंकली. त्याचबरोबर अभ्यासातही पुढेच होते. या खेळात एवढी पदके जिंकूनही विश्वविजेता बनण्याचे स्वप्न मी कधीच पाहिले नाही. मी एक छंद म्हणून टेनिस खेळत होते, जो छंद आजही आहे पण तेवढाच– छंद म्हणूनच आहे.

लोकांसाठी काही तरी करणे मला आवडते. म्हणून मी नवज्योति नशा मुक्ती केंद्र आणि इंडिया व्हिजन (कैद्यांची स्थिती सुधारणे आणि त्यांचे पुनर्वसन करणे यासाठी काम करणारी संस्था) या दोन संस्थांशी मागील काही वर्षांपासून संबंधित आहे.

आपल्या वृद्ध स्त्रिया चांगल्या आणि वाईट अशा दोन्ही प्रकारच्या परंपरांना चिरस्थायी रूप निरंतरत्व देत असतात असे मला आग्रहाने सांगावेसे वाटते. यामध्ये सर्वात वाईट प्रथा आहे, लिंग भेदाची चिरस्थायी परंपरा. आज या वृद्ध स्त्रिया मुलगा-मुलगी, सून-मुलगी यांना वेगवेगळे कायदे लावताना दिसतात. आजही हुंड्याची मागणी त्याच करतात. पुरुष काय करतात? त्यांच्या पाया पडणाऱ्यांना आशीर्वाद देतात, बस. आपल्या पत्नीच्या अधिकारापुढे वर्चस्वापुढे आपण निष्प्रभ आहोत असे सांगून मोकळे होतात. म्हणूनच आज स्त्री पुरुष संबंधांमध्ये प्रेम कमी आणि सत्तासंघर्ष अधिक झालेला दिसतो. म्हातारपणाचा अर्थ असा होतो का, की त्यांनी घरामध्ये तणाव वाढवावेत? की, आपल्या गुणांच्या साह्याने कुटुंबाच्या विकासाला मदत करावी– म्हातारपणाचा अर्थ काय होतो? घरामध्ये एखादी म्हातारी व्यक्ती एखादी चूक करते तेव्हा ती एक ओझे बनून जाते. कुटुंबाला वाचवण्यासाठी मदतीची जरूर असते. चूक काय आणि बरोबर काय याचा विवेक निर्माण व्हावा लागतो. परंतु परिस्थितीमध्ये सुधारणा होण्यासाठी बदललेल्या भूमिका स्वीकारणे, समजून घेणे अतिशय महत्त्वाचे आहे. आता कुटुंबाचे प्रमुखपद कोणी दुसरा किंवा दुसरी सांभाळेल पण कोणीतरी घर सांभाळेलच. आजीने– वडिलांच्या आईने नातवंडांना का सांभाळावे? तुम्हाला मुलांबद्दल प्रेम जिव्हाळा असेल तरच तुम्ही मुलांना सांभाळाल. तुम्ही तुमच्या मुलींच्या मुलांची देखभाल करता ना? मग सुनेच्या मुलांची का नाही? एवढेच नाही तर दोन्हीकडचे आजोबा मदत का करत नाहीत?

या देशांतील शंभर टक्के महिला शक्तिशाली बनू शकतात. परंतु त्यासाठी आपल्याला प्रथम देश शंभरटक्के साक्षर बनवला पाहिजे. मी कोणत्याही विचारधारेशी

बांधील नाही तरीही ही दोन्ही ध्येये तीन वर्षांच्या आत साध्य करता येतील. आवश्यकता आहे फक्त तीन गोष्टींची. पहिली गोष्ट १० + २ एवढ्या शिक्षणानंतर तरुण विद्यार्थ्यांनी समाजसेवा करणे अनिवार्य केले गेले पाहिजे. दुसरी गोष्ट स्वयंसेवी कार्यक्रमांमध्ये ज्येष्ठ नागरिकांना आमंत्रित केले गेले पाहिजे आणि तिसरी गोष्ट सरकारने एका विश्वस्ताच्या भूमिकेतून काम केले पाहिजे.

तिहार जेलमध्ये मी फक्त एक काम केले. कैद्यांना मानवी आत्मभानाची, मर्यादांची जाणीव करून दिली. त्यांना त्यांच्यामध्ये दडून असलेल्या चांगुलपणाची जाणीव करून दिली. मी त्यांना हेही जाणवून दिले की, प्रत्येक संताचा, महात्म्याचा एक भूतकाळ असतो आणि प्रत्येक कैद्याचा एक भविष्यकाळ, आम्ही त्यांचे पहारेकरी नाही, तर आम्ही त्यांचे संरक्षक आहोत, हितचिंतक आहोत याची खात्री मी त्यांना करून दिली. तुम्ही खूप वाईट दिवस पाहिलेत, चला आता एक नवी सुरुवात करू– भविष्याच्या दिशेने पहिले पाऊल टाकू.

□

जगण्याची काही सूत्रे

काळ माझ्यावर लाठी-हल्ला करू शकत नाही. माझ्या दृष्टीने प्रत्येक क्षण ही एक संधी आहे. मला संधी शोधाव्या लागत नाहीत, त्या आपोआप माझ्या पदरात येऊन पडतात. उत्कृष्ट उत्पादनासाठी आपल्याकडे वेळ फार कमी आहे म्हणून मी वेळाची किंमत जाणते, काळाचा आदर करते. मी काळाच्या पाठीमागे नाही तर पुढे धावत असते. मी विद्यार्थी होते तेव्हाही टेनिस, एन. सी. सी., शिक्षण आणि इतर घटनांच्याद्वारे व्यवस्थेशी लढा दिला आहे. व्यवस्थेला निर्माण करणारे शेवटी लोकच असतात आणि व्यवस्थेची निर्मिती लोकांसाठीच झालेली असते. लोकच तिला एक 'संस्कृती' मानू लागतात. मी लोक विरोधी व्यवस्थेमध्ये अडकूनही पडते परंतु मला हे ठाऊक आहे की, व्यवस्थेच्या विकासातूनच कार्याला एक रूप प्राप्त होते. ते पुढे चालवणे, त्याला मार्ग दाखवणे यावर माझी अतूट श्रद्धा आहे. सरकार एक सत्कार्य आहे, एक जीवनध्येय आहे, कर्तव्य नाही. ज्यांना वेळेची किंमत समजत नाही ते वेळेकडूनच मार खातात असे माझे मत आहे.

वेळेचा सदुपयोग मी स्वत: तर करतेच शिवाय माझ्याबरोबर काम करणाऱ्यांनाही करायला लावते. कैद्यांच्या वेळाचा कसा सर्जनशील आणि उत्साहदायी उपयोग केला गेला हे सर्वांना ठाऊकच आहे. लोक म्हणतात मी तिहारला एक आरामशीर अतिथीगृह बनवून टाकले आहे. तुरुंग कधीही आरामशीर सुखाचे घर बनू शकतो काय? शक्यच नाही. मी फक्त एवढेच केले की, या दुर्दैवी कैद्यांनी वेळ फुकट घालवू नये. माझ्या दृष्टीने वेळही सर्वात मौल्यवान वस्तू आहे, ती फुकट घालवून चालणार नाही.

सर्वात महत्त्वाची चीज आहे, तुमच्या अंतरातील छुपी मान मर्यादा आणि मोठेपणा. सुदैवाने माझ्याजवळ ही गोष्ट लहानपणापासूनच आहे. आणि ही शेवटपर्यंत माझ्याजवळ राहावी अशी माझी देवाशी प्रार्थना आहे. मान मर्यादाचा

अर्थ काय? याचा अर्थ आहे व्यक्तीचा विकास. मी माझ्या आतील स्त्रीबद्दल किंवा पुरुषाबद्दल बोलत नाही आहे, मी त्या स्त्रीत्वाबद्दल बोलते आहे, जे मला सांगते मी कोण आहे, काय आहे, मला कोण बनायचे आहे, मला कोठे जायचे आहे आणि का जायचे आहे? हे प्रशिक्षण मला माझ्या वडिलांनी टेनिस कोर्टवर आणि आईने घरात दिले. त्यांनी या जाणीवपूर्वक दिलेल्या प्रशिक्षणाच्या माध्यमातून मला एक 'स्व' युक्त स्त्री बनवले. माझ्या दृष्टीने याचा अर्थ होता आव्हानांना तोंड देणे आणि जे काही चांगले वाईट परिणाम होतील त्यांचा आदर करणे. माझ्या दृष्टीने याचा अर्थ होता निर्णय घेणे, परिणाम भोगणे. इनाम इतरांमध्ये वाटता येते. शिक्षा एकट्यालाच भोगावी लागते. माझ्या दृष्टीने मान मर्यादा– गरिमा यांचा हाच अर्थ होता. आज तरुण मला विचारतात, आम्ही हे करू की, ते करू– आणि आम्हाला स्वीकृती नाही मिळाली तर काय होईल? मी त्यांना नेहमीच हे सांगते की, 'मी जे काही करतो आहे त्यामध्ये मला पूर्ण विश्वास आहे का हा प्रश्न स्वत:ला विचारा. उत्तर 'हो' असेल तर थांबण्याची जरुरी नाही. आपल्याला कमीत कमी दु:ख भोगावे लागावे असे वाटत असेल तर चुकाही कमीत कमी करा. चूक तर प्रत्येकाच्या हातून होते– शेवटी आपण माणसेच आहोत. ही मानमर्यादा, गरिमा माझ्या हातून कमीत कमी चुका घडवते.'

मी लहान होते तेव्हा सक्रीय राहण्यासाठी धडपड करीत असे. नंतर व्यावसायिक आर्थिक आणि वेळ यामध्येच मी गुंतून राहू लागले. आता एका वयानंतर ही कारणे कमी होऊ लागली आहेत. परंतु या दोन्ही स्थितींमध्ये एक गोष्ट साक्षी आहे आणि ती म्हणजे मनामध्ये लपून असलेली सजीवता, उत्साह आणि ओज.

गरिमा, मानमर्यादा प्राप्त करून घेण्याच्या प्रक्रियेला अंत नाही. यासाठी तुम्हाला स्वत:बद्दल आणि स्वत:च्या कामाबद्दल गर्व असणे फार आवश्यक आहे. कोणत्याही लोभाला बळी न पडता सर्वांचे हित नजरेसमोर ठेवून काम करा. मग पाहा. तुमच्या अंतरामध्ये केवढी गरिमा जन्म घेईल. निसर्गाची रचना सत्व रज आणि तम यांच्या मिश्रणाने झाली आहे. कोणीही व्यक्तीला सक्रीय राहिल्यानेच शांती मिळू शकते. निष्क्रीय राहून शांती मिळणे अशक्य आहे. तुरुंगामध्येही निसर्ग कोणामध्येही भेदभाव करत नाही. सर्वांना तेच २४ तास मिळालेले असतात– मग तुम्ही कैदी असा, विद्यार्थी असा की, निवृत्त झालेले असा. कोणालाही ४८ किंवा २२ तास मिळत नाहीत. महत्त्वाची गोष्ट ही की, आपण या २४ तासांचा उपयोग कसा करतो? आपण कसला विचार करतो? कोणत्या योजना बनवतो? काय करतो? या २४ तासांना आपण शारीरिक आणि मानसिक पातळीवर एका निरोगी पद्धतीने कोणत्या कामामध्ये खर्च करतो? आपल्या झटून केलेल्या मेहनतीखेरीज आणखीही काही कारणे असू शकतात.

आपण आपल्या जीवनातील कमतरता शोधत बसू शकतो किंवा मग संधी घालवत बसू शकतो. आपण हे चालू खाते किंवा कालबद्ध खाते उघडू शकतो. आपल्या सर्वांजवळ हे बँकेतील खाते असते. त्या खात्यामध्ये कदाचित पैसे नसतील पण वेळ नक्कीच असतो. जो आपल्या वेळाची किंमत जाणत नाही तो नक्कीच दिवाळखोर होतो. जेव्हा मी स्वत:च्या अंतरामध्ये डोकावून पाहते तेव्हा मला नेहमी कोणत्याही समस्येचे उत्तर शोधण्यासाठी चार पर्याय सापडतात. तो एक क्षण फार महत्त्वाचा असतो.

जे लोक योग्य पर्यायाची निवड करू शकतात. त्यांना ज्ञानप्राप्ती होते. ज्ञानामुळे सुखप्राप्ती होते. आराम केल्याने मिळणारे सुख क्षणिक असते तर ज्ञानप्राप्ती झाल्याने मिळणारे सुख कायमचे असते. आपण एखादे चांगले पुस्तक वाचतो, एखाद्या संताचे प्रवचन ऐकतो तेव्हा आपल्याला जे ज्ञान प्राप्त होते त्यामुळे आपल्याला प्रगती करण्यास प्रेरणा मिळते.

आपण वाढत्या वयाला कसे सामोरे जातो हीही एक महत्त्वाची गोष्ट आहे. आपल्याजवळ जे काही असते ती एक संपत्ती असते. नियतीने आणि देवाने मला हे दिले आहे, जे दिले नाही ते मोजण्यात काय फायदा? स्वत:ची कीव करण्यात काय अर्थ आहे? मी आता म्हातारी झाले, माझ्या हातून काही काम होत नाही, गुडघे दुखतात असे म्हणत बसण्यात काय अर्थ? काय म्हणालात– पाठ दुखते?– बरं– पेसमेकर बसवला आहे? ठीक आहे पण अजून जिवंत तर आहात ना! तुम्हाला हार्ट ॲटॅक आला असेल आणि लोकांनी विचारले, 'कशी तब्येत आहे?' तर तुमचे उत्तर असले पाहिजे, 'अगदी ठीक आहे. हो आला होता हार्ट ॲटॅक. पण आता मी अगदी ठीक आहे. देवाने दिलेल्या प्रत्येक दिवसाबद्दल मी आभारी आहे. प्रत्येक दिवस मी आनंदात घालवीन आणि दुसऱ्याला आनंद देण्याचा प्रयत्न करीन.' मी आजारी असेन तर ते कष्ट मलाच भोगले पाहिजेत ना! मला जगायचे असेल तर मला जगण्याचा दृढनिश्चय तर केलाच पाहिजे. मला प्रार्थना केली पाहिजे. डॉक्टरांनी दिलेल्या आदेशांचे पालन केले पाहिजे. मला आनंद दिलाच पाहिजे.

पुपुल जयकर आजारी होत्या. त्या इसीजीच्या पडद्यावर उमटणाऱ्या नागमोडी रेषा पाहत राहत असत. डॉक्टरांनी हे पाहिले तेव्हा त्यांनी रागावून विचारले, 'मॅडम, तुमची स्थिती नाजूक आहे हे तुम्हाला माहीत आहे ना?' पुपुलनी डॉक्टरांना उलट प्रश्न केला होता, 'मग मी काय अश्रू ढाळत बसावं असं तुमचं मत आहे?' आपले संपूर्ण जीवन त्यांनी स्वत:ला नीट पारखून घेऊन व्यतीत केले जाते. इंग्लंडचे एक माजी पंतप्रधान ग्लॅडस्टोन वयाच्या ७४ व्या वर्षांपर्यंत लाकडे फोडत असत. म्हातारपणाच्या प्रक्रियेला नीट तोंड देण्यासाठी कायम

गुंतलेले राहणे आवश्यक आहे. या यात्रेचा अनुभव फार महत्त्वाचा आहे. मी तिहारमधील कैद्यांच्या समवेत या यात्रेचा अनुभव घेतला आहे. आम्ही एकमेकांसोबत होतो म्हणून ते हा अनुभव घेऊ शकले. येथे मुद्दा प्रशिक्षण देण्याच्या कलेचा आहे.

विपश्यना आपल्याला शांती प्रदान करते. साधना, योग, जागरूकता, मनन, चिंतन, रोज सकाळचे नियमित फिरणे या साऱ्यांचा खूप उपयोग होतो. मला कोणीतरी प्रश्न केला होता, 'तुम्ही पूजा, प्रार्थना, मनन चिंतन केव्हा करता?' 'सकाळच्या फिरण्याच्या वेळी.' होय, हे शक्य आहे. खरे म्हणजे मी एकाच वेळी दोन कामे करणे पसंत करते. मी बसून पूजा, चिंतन, मनन करू इच्छित नाही. फिरण्याच्या वेळी पूजा करताना मी प्रार्थनेची शक्ती अनुभवली आहे. आणि मला अनेक प्रश्नांची उत्तरेही मिळाली आहेत.

आपण सृजनात्मक गोष्टी शोधून काढल्या पाहिजेत. पुतळ्यासारखे टीव्हीसमोर बसून राहिलात तर आपले काय होईल? टीव्हीवर दाखवण्यात येणारे चित्रपट पाहिले की, मळमळू लागते. मी हे चित्रपट का पाहू? मला ते बघितले की, रडू फुटते. मला हसणे आवडते, आनंदात राहणे फार जरुरीचे असते. मन, शरीर, व्यवसाय, संगत, आपल्या प्रकृतीची काळजी घेणे, आणि दुसऱ्याबरोबर काही कामामध्ये भाग घेणे ही सृजनात्मक कामे आहेत आणि आपण ती करू शकतो.

❑

मी आणि माझे जीवन

माझा दिवस सकाळी सहा वाजता सुरू होतो. एक कप चहा पिऊन मी सकाळच्या फिरण्यासाठी बाहेर पडते. एक तासभर फिरून आल्यावर मी एक कप दूध आणि फळे खाऊन माझ्या रोजच्या कामाला लागते. दुपारचे जेवण हलके असते. रात्रीचे जेवण लौकर करायला मला आवडते. एक पोळी, थोडी डाळ आणि भाजी. एखादे फळ, बस. संध्याकाळच्या पार्ट्या, मेजवान्या आणि बैठकांना जाणे मला आवडत नाही. जाणे भागच पडले तर घरून जेवण करून मगच मी जाते. जेवणाची वेळ बदलणे मला बिलकुल आवडत नाही. सकाळ, संध्याकाळ– रात्र यातील जेवणाखेरीज अधे मधे मी काहीही खात नाही. शारीरिक 'फिटनेस'च्या बरोबरीने मानसिक 'फिटनेस'ही फार जरुरीचा आहे. यासाठी मी चांगले संगीत ऐकते किंवा टीव्हीवरील चांगले कार्यक्रम पाहते. माझ्या तरतरीतपणाचे एकच रहस्य आहे. मी कधीही रिकामी बसत नाही. कामाखेरीज मी वाचत असते किंवा लिहीत असते. मला हिंडण्याचा, नव्या नव्या लोकांना भेटण्याचा छंद आहे. वर्षाचे ३६५ दिवस माझा दिनक्रम एकसारखा असतो. काहीही झाले तरी मी माझ्या दिनचर्येमध्ये बदल होऊ देत नाही. अगदीच नाईलाज असेल तर गोष्ट वेगळी. परंतु कोणाला निरोगी तंदुरूस्त राहायचे असेल तर एक दिनक्रम निश्चित करणे आणि त्यात कोणताही बदल न होऊ देणे जरुरीचे असते. निरोगी राहण्यासाठी शांत स्वभावही उपकारक ठरतो. माझ्या प्रकृतीचे हेच रहस्य असावे.

माझा सर्वांना एकच सल्ला असतो, प्रत्येकाने आपल्या आवडीचा एक खेळ निवडावा आणि तो रोज खेळावा. पाऊस असो वा वादळ, खेळावा. तेव्हाच आपल्या व्यक्तिमत्त्वाचा संपूर्ण व चहूबाजूंनी विकास होतो. एकदा खेळाडू बनून बघा– मग तुम्ही एखादे पदक जिंकले नाहीत तरी काही बिघडत नाही. येथे गोष्ट फक्त स्पर्धेची असते. हरण्याजिंकण्याची पर्वा न करता खेळायला शिका. शरीर जितके निरोगी असेल तेवढेच मनही निरोगी असेल. संपूर्ण चारही बाजूंनी

विकसित व्यक्तिमत्त्व खेळांच्या साह्यानेच मिळू शकते. मागे वळून पाहिले तर लक्षात येत, आज मी जी काही आहे त्याच्या मागे टेनिसकोर्ट आहे. मी मुलगी आहे की, मुलगा याचा मला कधीही विचार करावा लागला नाही. लोक विचारत असत, तू मुलगी आहेस की, मुलगा? तुम्हाला काय अडचण आहे? मुलांना जमणार नाहीत अशा गोष्टी मी सहज करून टाकत असे. मी माझ्या ऊर्जेला अभिव्यक्ती द्यायला शिकले होते. वेळ आणि गरज आपले काम करून घ्यायला शिकली होती. हे सर्व मी क्रीडांगणावर शिकले होते. क्रीडांगण व्यक्तीला एक चांगला माणूस तर बनवतेच शिवाय धाडसी आणि प्रसन्नही बनवते. मी हळू बोलीन किंवा मोठ्याने– मी स्पोर्टसमध्ये आहे. तुम्ही खेळता– मग तुम्ही ओरडू शकता, किंचाळू शकता. तुम्ही खेळता– मग तुम्ही कसे दिसता, कपडे कसे आहेत, तुम्ही चालता, धावता कसे, तुम्ही कसे आणि काय बोलता, याची पर्वा करण्याचे तुम्हाला कारणच उरत नाही. याच गोष्टी आपले बलस्थान बनतात कारण तुम्ही एक खेळाडू आहात. तुम्ही प्रयत्न आणि स्पर्धा यांच्याकडे कधी पाठ फिरवूच शकत नाही.

मी चंडीगड येथे पंजाब विश्‍वविद्यालयामध्ये एम. ए. करण्यासाठी गेले, तेव्हा पहिले काम करायचे होते प्रवेश मिळाला आहे की, नाही ते पाहण्याचे. ४५ विद्यार्थ्यांना प्रवेश मिळणार होता. माझा बांधा लहानसा, बाकी सर्व विद्यार्थी विद्यार्थिनी भरपूर उंचीच्या. मी एकदम बोलून गेले, 'तुम्ही दुसऱ्यांना नोटीस बोर्ड पाहू देणार आहात की, नाही?' नंतर माझ्या सहविद्यार्थ्याने अमरसिंह वधानने ही हकीकत सांगताना माझ्या निर्भयपणाची किंवा त्याच्या शब्दांमध्ये बोलायचे तर या धाडसाची चर्चा केली होती. १९६८ मध्ये वधानला वाटले होते की, मी मुक्त विचारांची मुलगी आहे.

एक घटना मी कधीही विसरणार नाही. विश्वविद्यालयात ग्रंथालयाच्या मुख्य दारासमोर काही मुले आपली वाहने उभी करून त्यावर बसून येणाऱ्या जाणाऱ्या मुलींवर नको ते टोमणे मारत असत. एके दिवशी मला राहावले नाही. मी ग्रंथालयामध्ये डॉ. जगदीशचंद्र शर्मा यांच्याकडे गेले आणि त्यांना सांगितले, 'वाहने उभी करण्याची अन्यत्र व्यवस्था करा.' या नंतर कोणताही कटु अनुभव आलेला ऐकिवात नाही. माझे सहविद्यार्थी म्हणतात, वाहनांची नीट व्यवस्था लावण्याचा अंकुर तेव्हाच माझ्या मनात फुटला असावा.

विद्यार्थीदशेत मी शेक्सपीयर वाचत होते. आज मला उपनिषदांचे अधिक आकर्षण वाटते. मी हे ग्रंथ डॉ. राधाकृष्णन यांनी केलेल्या अनुवादाच्या माध्यमातून वाचले आहेत. अलिकडे मला विवेकानंदांमध्ये रस वाटू लागला आहे. मी भगवान बुद्धाच्या संदर्भातही बरेच काही वाचत आहे. मला पुस्तके नेहमीच

जिवलग मित्राप्रमाणे वाटली आहेत. मी खूप वेळा एकाच वेळी दोन पुस्तके वाचत असते. काही दिवसांपूर्वी मी मार्गारेट थॅचरचे 'पाथ टू पॉवर' आणि राजमोहन गांधींचे 'द गुड बोटमन' ही दोन पुस्तके वाचली. मार्गारेट थॅचरचे पुस्तक वाचून मला वाटले की, ही स्त्री जन्मापासूनच इतरांहून भिन्न आहे. त्यांचे बालपण अतिशय पारंपारिक पद्धतीने गेले त्यामुळेच वेळेच्या नियोजनाचे महत्त्व त्यांना फार चांगले समजले.

नियोजन आणि स्वत:चा विकास या विषयांवर लिहिलेली पुस्तके मला खूप आवडतात. मी माझे बरेचसे प्रश्न सकाळच्या फिरण्याच्या वेळी सोडून टाकते हे खरे आहे. माझ्या दृष्टीने तो संबंध दिवसातील सर्वात महत्त्वाचा वेळ आहे. जर कोणताही तणाव असेल तर बातम्या ऐकणे आणि वृत्तपत्र वाचणे हा सर्वात महत्त्वाचा कार्यक्रम असतो. माझ्या दृष्टीने वाचन फार महत्त्वाचे आहे, त्यामुळे माझ्या चारही बाजूंना घडत असलेल्या घटनांबद्दल मी जागरूक राहते. वृत्तपत्रे आणि नियतकालिके यांच्या खेरीज माझ्या आवडीचे दुसरे विषय आहेत आध्यात्मिक साहित्य, पोलिस आणि सकारात्मक आचारविचारांशी संबंधित असलेली पुस्तके. ज्या दोन वकिलांनी माझ्याविरुद्ध देशव्यापी हरताळ केला होता ते दिवस अतिशय तणावपूर्ण होते. त्या काळात मी विचार करत असे, जास्तीत जास्त काय होईल? मला नोकरीवरून काढून टाकण्यात येईल आणि मग मी त्या शक्यतेला तोंड देण्याची तयारी सुरू केली होती.

मी सर्व शक्यतांवर दृष्टी ठेवून होते. मी त्यांच्या बाबतीत खूप तपशीलवार विचार केला होता. महत्त्वाची गोष्ट ही की, तुम्ही स्वत: नैतिक पातळीवर ठाम असाल की, तुम्ही जे करता आहात ते योग्य आहे तर ती खात्री तुमची आधारशिला बनते. त्या संकटाच्या स्थितीमधून बाहेर पडण्यास माझ्या या विश्वासाने किंवा दृढ धारणेनेच मला मदत केली.

माझे त्रास, माझ्या अडचणी दुसऱ्यांबरोबर वाटून घेणे मला आवडत नाही. माझे प्रश्न मी स्वत:च सोडवणे पसंत करते. जे लोक माझ्या फार जवळचे आहेत त्यांना तर मी माझे त्रास अजिबात सांगत नाही. माझा प्रश्न सुटेल, मी पुन्हा माझ्या सहजस्थितीला पोचेन पण ते मात्र अस्वस्थ राहतील म्हणून मी त्यांना त्रास देत नाही.

माझे लहानपण खूप गमतीचे होते. रिक्शाच्या वेगाने धावता येणे किंवा रिक्षाच्या हँडलवर बसून बसस्टॉपपर्यंत जाणे इथपासून या गमतीला, मस्तीला सुरुवात झालेली होती. कशी कोणास ठाऊक पण मी कायम काहीतरी करत असे. गाणे बजावणे, नृत्य, वादविवाद आणि नंतर टेनिसमध्ये मी रमून जात असे. घरामध्ये मी पाऊल ठेवत असे ते फक्त जेवण्याझोपण्यापुरते आणि अभ्यासासाठी.

बाकीचा सारा वेळ बाहेरच जात असे. शिवणकाम, विणकाम, भरतकाम यामध्ये माझे मन अजिबात रमत नसे. पंजाबीचा कित्ता गिरवणे मला आवडत नसे. मला मदत करण्याचा खूप प्रयत्न माझी शिक्षिका करत असे, परंतु मला या गोष्टी शिकण्यात रसच नव्हता. पंजाबीसाठी २५ गुण मिळणे आवश्यक होते. मला पाचहून अधिक कधीच मिळाले नाहीत. सुदैवाने हा विषय ऐच्छिक होता म्हणून बरे. शाळा सुटल्यानंतर तीन वेळा मला शिक्षा म्हणून थांबवून घेण्यात आले. तीनही वेळा मी त्यांना सांगितले, 'मला थांबवून घेतले तर माझी शेवटची बस चुकेल आणि माझी आई माझी वाट बघत बसेल.' परंतु अशी सुटका करून घेतल्यावर मी सरळ घरी जात नसे. मी सरळ आजीकडे– आईच्या आईकडे जाई. शाळेने जो स्वेटर विणायला सांगितले असे तो मी तिच्याकडून विणून घेई. गणिताखेरीज मी कविता लिहिणे, पाठ करणे, भूगोल, इंग्रजी आणि इतिहास या विषयांमध्ये हुशार होते. मी खूप खोडकर होते खरी परंतु मी माझ्या अभ्यासाकडे कधीही दुर्लक्ष केले नाही. एकदा माझ्या वर्गामध्ये गप्प बसण्याबद्दल एक बक्षीस जाहीर करण्यात आले. मी गप्प बसण्याचा एक वेगळाच प्रकार शोधून काढला. मी हातवारे करून तोंड न उघडता बोलत राहिले आणि बक्षीसही पटकावले.

नंतर टेनिस हे माझे समांतर जीवन बनून गेले. माझ्या वडिलांची प्रेरणा आणि मार्गदर्शनामुळेच मी या पातळीला येऊन पोचू शकले. मी जिंकले की, ते लहान मुलासारखे खूष होत आणि हरले तर मला सोडून निघून जायलाही तयार होत.

ब्रीजशी माझी मैत्री आणि विवाह टेनिसमुळेच झाला. आमचा विवाह शिवमंदिरामध्ये झाला. ते आपल्या व्यवसायाच्या निमित्ताने अमृतसरमध्ये राहतात. कोणत्याही तेढीशिवाय, बेबनावाशिवाय आम्ही दोघांनी पूर्ण विचार करूनच हा निर्णय, वैवाहिक जीवनाच्या सुरुवातीलाच घेतला होता. दुसऱ्याच्या भावनांची त्यांना चांगलीच जाणीव आहे. बेदी साहेब माझ्या मार्गामध्ये, माझ्या कामामध्ये कधीही आड आले नाहीत. मला असाच मित्र हवा होता. आमचे दांपत्य जीवन गौरवशाली आहे.

विवाद तर कायमच मला चिकटलेले असतात. माझ्या प्रत्येक नेमणुकीनंतर एक वादळ उठतेच– कसे कुणास ठाऊक, मॅगसेसे पुरस्कार मिळाल्यानंतर ब्रीजला विचारण्यात आले, 'तुम्हाला कसं वाटतंय?' मला एवढा आत्मविश्वास देणारे ब्रीजच तर आहेत. माझ्या सर्व यशाच्या पाठी ब्रीजचे मोठेच योगदान आहे असे माझे मत आहे. शेवटी ब्रीजलाही स्वत:च्या व्यक्तिमत्त्वाचा विकास करायचा होता, स्वत:ची मुळे शोधायची होती. शिक्षण पूर्ण करायचे होते. आम्ही दोघे पंजाब विश्वविद्यालयात एम्.ए. चा अभ्यास करत होतो. मी राज्यशास्त्रात आणि

ब्रीज इतिहास घेऊन– आम्ही फक्त सहविद्यार्थी होतो. ब्रीज त्या काळातही मला ओळखत होते, चांगले ओळखत होते ही गोष्ट मला खूप उशीरा कळली. नेहमी लढाऊ आक्रमक भूमिकेमध्येच ब्रीजने मला पाहिले होते. विश्वविद्यालयामध्ये मुद्दा समोर आला किंवा एखादी समस्या उभी राहिली तर मी त्या घटनेचा मूक साक्षीदार कधीच नसे. एकदा विद्यार्थ्यांच्या मागण्या मान्य करून घेण्यासाठी मी उपकुलपतींच्या कचेरीबाहेर चटई अंथरून धरणे धरले होते. मी जिद्दी, अडेलतट्टू, हट्टी आणि रागीट होते. परंतु त्या धरण्याच्या वेळी मी माझी उशी न्यायला विसरले नव्हते. ब्रीज आणि मी आमचे मीलन एकमेकांच्या भावनांचा आदर करणाऱ्या दोन व्यक्तींचे मीलन आहे. आम्ही दोघेही हुंडा आणि तशाच इतर परंपरांचे विरोधक आहोत. घोड्यावर बसून बारात घेऊन यायला ते कधीही तयार झाले नाहीत. आमचा विवाह एका मंदिरात, कोणताही डामडौल न करता साजरा झाला. विवाहाच्या आधीच मी प्रशासन परीक्षा दिलेल्या होत्या. निकालाची वाट पहात होते. आय.पी.एस. मध्ये प्रवेश घेण्याच्या माझ्या निर्णयाला गृहमंत्रालयही विरोध करत होते आणि मी अत्युच्च न्यायालयापर्यंत जाण्याच्या धमक्या देत होते तेव्हा मला आधार आणि पाठिंबा देणारा ब्रीजच तर होता. आमचे सहजीवन, आमचे प्रेम, आमच्यातील अतूट बंधन लोकांना फार विलक्षण वाटते. परंतु ही आमची वैयक्तिक बाब आहे. पोलिस प्रशिक्षणासाठी मी माऊंट अबूला होते तेव्हा आम्ही एकमेकांना एका दिवसात पाच पाच पत्रे लिहीत असू. रात्र रात्रभर फोनवर गप्पा मारत असू.

माझी सर्वात मोठी समर्थक आणि चाहती होती माझी सासू. त्या नेहमी ब्रीजला सुनवत असत की, माझ्यासमोर त्यांचा टिकाव लागणार नाही. त्यांचे निधन झाल्यानंतर मी अमृतसरहून त्यांच्या संपत्तीतील फक्त एक वस्तू घेऊन आले. ती वस्तू होती माझ्या सासूबाईंचा चष्मा. ब्रीजने उत्कृष्ट सासू पुरस्कार आणि प्रकाश बेदी निधीची स्थापना केली आहे. मी अतिशय व्यावहारिक वृत्तीची आहे. माझे दैव माझ्या मुठीत आहे आणि जे काही घडेल ते माझ्या कर्मांचा परिणाम म्हणूनच घडले असे मी मानते. ब्रीज आपल्या पुरोहितांना विचारल्याखेरीज काहीही करत नाही. तो स्वत: एक कलावंत आहे. पेंटिंग, फोटोग्राफी आणि कविता करणे हे ब्रीजचे छंद आहेत. कविता मीही केल्या आहेत. त्या सर्व ब्रीजने स्वत:जवळ ठेवल्या आहेत. सरोजनेच अमृतसरला ब्रीजला फोन करून १९७१ मध्ये लिहिलेल्या माझ्या कविता दिल्लीला मागवून घेतल्या. त्यातल्याच काही कवितांचा भावार्थ सांगून मी माझे सांगणे संपवणार आहे.

'मी आणि माझे जीवन' या शीर्षकाची कविता अशी आहे. काही लोक पैसे मिळवण्यासाठी आणि काही लोक मित्र मिळवण्यासाठी लिहितात. काही प्रसिद्धी

मिळवण्यासाठीही लिहितात. मी मात्र माझ्या मनातले सांगण्यासाठी लिहिते. जीवनाची परिभाषा काय आहे?

जन्मल्यापासूनच मी एक प्रशिक्षित श्रमिक आहे. अभ्यास करणे, धावणे, खेळणे हे सर्व मी अमर्यादपणे करत आले आहे. माझे प्रत्येक पाऊल परिणामाच्या दिशेने पडलेले आहे. मी नेहमीच अत्युच्च शिखरावर नजर केंद्रित केली आहे. अडचणींना पेचप्रसंगांना मी नेहमी आकड्यांमध्ये मोजले आहे. काळ हा एक जोमदार पक्षी आहे तो केव्हा उडून जातो कळत नाही. मी माझ्या कामामध्ये पार बुडून गेलेली असते.

'ज्वाळांपासून सावध राहा' अशी माझी आणखी एक कविता आहे. 'ही एक प्राणघातक ज्वाला आहे. ही तुम्हाला जाळून टाकेल. तिला स्पर्श करू नका. या ज्वालेशी खेळावे असे सगळ्यांनाच वाटत असते. परंतु जरा तिचा नाद तर ऐका, जरा पाहा ती किती प्रेरणादायक आहे परंतु किती क्षणिक. क्षणभरात ती आपल्या जळण्याच्या किती पाऊलखुणा मागे ठेवून जाते पहा. ही ज्वाला- प्रकाशाने भरलेली आहे. अनियंत्रित आहे. आशीर्वादही देणारी आहे आणि पराभूत करणारीही आहे- तिला अश्रूंनी विझवता येते.

तिला पुन्हा जागे करू नका, अंधाराचे स्वतःचे स्वर्गसुख असते. निदान त्यामध्ये एक सत्य तरी असते, दुसऱ्यांच्या प्रकाशामध्ये जगले तर काय बिघडेल? हे परमेश्वरा- आता तू तुझा दीप पेटवू नकोस, त्यांची झळ मला सहन होणार नाही.'

एक कविता मी १९७१ मध्ये दिवाळीच्या दिवशी लिहिली होती. शीर्षक होते 'बगीचा.' तिच्या ओळी अशा आहेत,

'देव पृथ्वीवर उतरून आला आहे. आकाशात ढगाच्या एका छोट्याशा तुकड्यामागे अनेक रंगानी रंगून जाऊन सूर्य लपून बसला आहे. ढगाचे बाकीचे तुकडे आपल्या पाळीची वाट पहात आहेत. पृथ्वीवर त्या सर्वशक्तिमानाचे अनेक रंग विखुरले आहेत, लाल चुटुक, चमचमता हिरवा आणि पिवळा, गुलाबी, वाऱ्यावर नाचणारी फुलपाखरे, शकुनाचे गाणे गाणारे पक्षी. सर्वशक्तिमान प्रकट होण्याची वाट पाहणारे सारे जण, हिऱ्यासारख्या दवबिंदूनी लवलेली गवताची पाती पायदळी तुडवले जाण्याची वाट पाहत मूक आहेत. मी तुझ्या सृष्टीच्या मध्यभागी बसले आहे. तुझ्या सारसर्वस्वाला तू मोकळं सोडून दिलं आहेस ते सारसर्वस्व मी स्वतःमध्ये पिऊन भरून घेते आहे. तू येशील तर या उंचच उंच राजस वृक्षाखाली बसून मी तुला माझी श्रद्धा अर्पण करीन.'

त्या सर्वशक्तिमानाच्या नावे मी एक कविता लिहिली होती, तिचा भावार्थ असा आहे,

'माझ्या प्रिय परमेश्वरा, तू सर्वस्थानी आहेस, सर्वभूती तुझा वास आहे परंतु माझ्या अंतरात तू नाहीस हे मला माहीत आहे. कारण मला माहीत आहे मी पापी आहे, निरूपयोगी आहे, मी कुणालाही आनंद देऊ शकत नाही, मी असभ्य अपवित्र आणि बोचरी आहे. भगवान, तरीही माझ्या अंतरात या, मला शिकवा, मला पवित्र करा, तुम्ही निर्मिलेल्या सृष्टीस मला लायक बनवा. कधीही विझणार नाही अशी ज्योत पेटवा. ती गडद अंधारातही उजळती राहू दे.

भगवान, स्वामी मला मार्ग दाखवा. माझ्यावर ध्यान असू द्या. मी तुमची लेक आहे. माझे बोट धरा. मी दुसऱ्यांपेक्षा कमी काम, कमी आराम करते. परंतु मला शक्ती द्या. मी किती सुपात्र आहे हे आता माझ्या परमेश्वराच्या हातात आहे.'

आणि शेवटी फक्त एवढीच, जी माझे जीवनसाथी ब्रीज यांच्यासाठी लिहिलेली आहे.

'थोडं ऐक– हे गीत रात्रीच्या या अंधारात काय सांगतंय– तू दीप आहेस आणि प्रकाशही– तू माझा साथीसोबती आहेस– आता हे बंधन तुटू शकणार नाही. तुझ्यावरचे माझे प्रेम कायम राहील– जन्मजन्मांतरी, जोवर हे विश्व आहे तोवर मी तुझी प्रतीक्षा करीन.

तू फक्त एवढंच बघ– हे जीवन थांबत नाही ना– माझ्या सुरात तुझा आवाज मिसळत राहा– सारे जग माझे शत्रू झाले तरी तू घरी परतायला उशीर करू नकोस नाहीतर माझ्या डोळ्यात आसू दाटून येतील.'

□

कुटुंबातील हिंसा आणि नशेचे व्यसन

इतके सारे होऊन सुद्धा अमली पदार्थांचे व्यसन आणि कौटुंबिक हिंसा या गुन्ह्यांचे जगातून निर्मूलन अजून होऊ शकलेले नाही. अप्रत्यक्ष हिंसेतून अपराधाचा जन्म होतो. या प्रकारची हिंसा लपवून ठेवली जाते आणि मग कुटुंबाला आणि समाजाला त्याची फार मोठी किंमत द्यावी लागते. गुन्ह्यांवर नियंत्रण ठेवणे आणि अमली पदार्थ यामध्ये एक सुसंगत संबंध आहे. या क्षेत्रामध्ये कायदेशीर कारवाई करणे अनेक कारणांनी शक्य होत नाही. या बाबतीमध्ये अजून पुरेसे संशोधन झालेले नाही. आणि भारतामध्ये असणाऱ्या समस्यांवर एक निश्चित मसुदा किंवा आराखडा तयार करण्यात आलेला नाही. आजपर्यंत तयार केल्या गेलेल्या कायद्यांची नीट माहिती समाजाला नाही. कायदेशीर कारवाई करणारे अधिकारी स्वतःही या समस्येबद्दल उदासीन दृष्टिकोन ठेवतात. महिला संघटनाही या क्षेत्रामध्ये कोणतेही ठोस पाऊल उचलू शकत नाहीत. याचे मुख्य कारण असे आहे की, या व्यसनामुळे घडून आलेल्या गुन्ह्यांची किंवा हिंसेची तक्रार नोंदवलीच जात नाही. या गुन्ह्यांचे मुख्य बळी आई आणि पत्नीच असतात. समाज, पोलिस, न्यायपालिका आणि संबंधित सरकारी विभाग सकारात्मक दृष्टीने यामध्ये हस्तक्षेप करून परिस्थितीमध्ये सुधारणा करू शकतील.

अमली पदार्थांबद्दल सामान्य माणसाला फारशी माहिती नसते. या पदार्थांच्या सेवनाचे वाईट परिणाम कोणते आहेत, याचे सामाजिक आणि कायदेशीर परिणाम काय होतात, या पदार्थांची मागणी आणि पुरवठा कसा आणि कोठे होतो या प्रश्नांची उत्तरे सरकारी विभाग आणि या प्रश्नांचा अभ्यास करणारे लोकच देऊ शकतात. ही उत्तरे आणि ही माहिती देताना एक गोष्ट लक्षात ठेवणे फार महत्त्वाचे असते. ही माहिती मिळवणाऱ्या व्यक्तीचा उत्साह टिकवून धरण्यासाठी एक अर्थपूर्ण पद्धत अंगीकारावी लागेल. संसाधनांची कमतरता असल्यामुळे आपल्याला खर्चावरही लक्ष ठेवावे लागेल. वेगवेगळ्या पातळ्यांवर नियमितपणे मूल्यमापन

करणे फार जरुरीचे आहे.

पहारेकरी किंवा चौकीदाराची भूमिका पार पाडण्याऐवजी आपली सेवा प्रदान करणे अधिक महत्त्वाचे आहे. कायद्याची अंमलबजावणी करणाऱ्या विभागाने हे ध्यानात ठेवले पाहिजे की, फक्त ही अंमलबजावणी करून किंवा काही लोकांना ताब्यात घेऊन काम होणार नाही. अनेक बाबतींमध्ये आधी आणि नंतर काही महत्त्वाची पावले उचलावी लागतात. समाजाला आपल्याबरोबर घेऊन केलेले नियंत्रण आणि प्रत्यक्ष दृष्टीला पडणारे नियंत्रण या दोन्ही गोष्टी आवश्यक आहेत. गुन्हेगाराला ताब्यात घेतल्यानंतर त्याच्यामध्ये सुधारणा घडवून आणण्याच्या शक्यता खूप असतात.

या विचारांचे तत्त्वज्ञान प्रशिक्षण काळात विद्यार्थ्यांच्या मनात रुजवले गेले पाहिजे. नंतरही प्रशासनाची धोरणे आणि कार्यकाळामध्ये दिल्या जाणाऱ्या प्रशिक्षणाच्या वेळीही हे केले गेले तर निवारणाची प्रक्रिया अधिक सहजतेने होईल. हे धोरण अंगीकारल्याने नशेमुळे होणारी कौटुंबिक हिंसा थांबवता येईल. एवढेच नव्हे तर गुन्ह्यांचे निवारणही होऊ शकेल. समाज निरोगी आणि शक्तिवान बनवायचा असेल तर सेवा आणि सुधारणेचा मार्गच हितकारक ठरेल. यामुळे समाजातील जीवनशैली सुधारेल हे तर उघडच आहे.

प्रश्न उरला कायद्यांचा. तर या दृष्टिकोनातूनही कौटुंबिक हिंसेचा विचार करू. एक सरळ साधा कायदा बनवून त्याच्या अन्वये कौटुंबिक हिंसेला एक दखलपात्र गुन्हा म्हणून जाहीर केले गेले तर या समस्येला बळी पडणाऱ्या व्यक्तींना एक फार परिणामकारक आणि उपयोगी असे शस्त्र मिळू शकेल. कोणीही कायद्याची मदत मागितली तर त्याचे समर्थक कायदेशीर कारवाई करण्याची मागणी करू शकतील. पोलिस आणि न्यायसंस्थेला या प्रकारच्या कौटुंबिक हिंसेकडे लक्ष देणे भाग पडेल. संपूर्ण पोलिस विभागाला नुसती चौकशी करण्याऐवजी सेवा करण्याची संधी मिळेल. गुन्ह्यांना आळा घालणे आणि शांतता राखणे हे पोलिसांचे मुख्य कर्तव्य आहे. जेव्हा अमलात आणण्याचे कायदे संतोषजनक असतील तेव्हाच हे काम परिणामकारक रीतीने होऊ शकेल. तेव्हाच कायद्यामध्ये सुधारणा करण्याचा प्रस्तावही साकार रूप घेऊ शकेल.

एन. डी. पी. एस. अधिनियमच्या २७ व्या कलमामध्ये असा बदल करण्यात यावा की, नशेबाजांच्या हातून घडलेली कौटुंबिक हिंसाही या अधिनियमामध्ये सामील करून घ्यावी असे माझे मत आहे.

हा प्रस्तावित बदल असा असावा :

२७ (१) अ– एखादी व्यक्ती कोणताही अमली पदार्थ किंवा नशेचे पेय पिऊन हिंसक झाल्यास– आणि त्याने हे कृत्य नशेच्या अमलाखाली केले आहे

हे सिद्ध झाल्यास त्यास एक वर्षपर्यंत कैदेची शिक्षा करण्यात यावी.'

कौटुंबिक हिंसा या गुन्ह्याखाली खालील गोष्टी येतात– कुणाला त्रास देणे, चिडवणे, अवास्तव उतावीळपणे वागणे, धमकी देणे, त्याच्यावर हल्ला करणे, पतिपत्नीमधील किंवा मातापित्याशी मुलांशी झालेले भांडण.

नशेबाज स्वेच्छेने उपचाराला तयार झाला तर त्याला अधिनियमाच्या ६४-अ या कलमाआधारे अवश्य सवलत दिली जावी.

अधिनियमामध्ये या सुधारणा केल्या गेल्या तर समाजामध्ये नशेमुळे होणारी हिंसा कमी होईल अशी मला आशा आहे. या खेरीज समाजाला आणि न्याय संस्थेलाही एक खात्री वाटेल– ज्या विश्वासाची आज आपल्याला गरज आहे.

कौटुंबिक हिंसा आणि नशेबाजी यांबरोबर इतरही काही नैतिक बाबी जोडल्या गेलेल्या आहेत असे मला वाटते. मी जेव्हा या विषयावर काही संशोधन केले तेव्हा मला गोपनीयतेच्या मुद्यांशी झगडावे लागले. माझ्या विरोधकांनी त्यांना योग्य, उचित वाटली तेवढीच माहिती मला दिली.

या मुलाखती फार वैयक्तिक पातळीवर घेतल्या गेल्या. सरकारी कारागृहे आणि नशाबाजांवर उपचार करणाऱ्या विविध केंद्रांनी रुग्णांशी बोलण्याची परवानगी मला दिली नाही. यामुळे नवज्योती केंद्रामध्ये दाखल झालेल्या आणि व्यसनमुक्त होण्याच्या प्रक्रियेमध्ये असलेल्या पुरुषांच्या प्रतिक्रियाच मला आपल्या संशोधनाच्या केंद्रस्थानी ठेवाव्या लागल्या. कारागृहामध्ये कैदी असलेल्या व्यसनी लोकांना प्रश्न विचारण्याची परवानगी मला देण्यात आली नाही. त्यामुळे माझे संशोधन बऱ्याच प्रमाणात नवज्योतीमध्ये दाखल असलेल्या पुरुष नशेबाजांपुरतेच सीमित ठेवावे लागले. परंतु भविष्यामध्ये या क्षेत्रामध्ये संशोधकांना खूपच वाव आहे.

मी हे पाहिले आहे की, भारताच्या संदर्भामध्ये अमली पदार्थांबद्दल खूप विचार विनिमय केला गेला आहे. परंतु या अमली पदार्थांच्या नशेमध्ये घडून येणारी कौटुंबिक हिंसा आणि त्यावरील पोलिसांची प्रतिक्रिया यावर सखोल असे काहीच काम झालेले नाही. काही दिवसांपूर्वी दिल्लीच्या लिट्ल थिएटर ग्रुपमध्ये सहा दिवसांचा एक बालनाट्य महोत्सव आयोजित करण्यात आला होता. सरोज वशिष्ठ माझ्या यमुना बंधाऱ्यातील झोपडवस्तीतील प्राथमिक शाळेच्या मुलांसाठी निमंत्रणे घेण्यासाठी, राष्ट्रीय नाट्य विद्यालयात गेल्या. तेव्हा विद्यालयाच्या संचालकांनी विचारले होते, 'ही मुले कोठून येणार आहेत?' सरोजने नवज्योती नशामुक्ती केंद्रांची माहिती देऊन सांगितले, 'ही मुले प्रशिक्षणाशिवाय नाटक करतात. त्यांना जर हा बालनाट्य महोत्सव पाहायला मिळाला तर त्यांना बरंच शिकता येईल.' संचालकांनी मोठ्या आनंदाने निमंत्रणे दिली. आणि जाता जाता हेही सांगितले, 'नवज्योतीला सांगा इथेही एक नशामुक्ती केंद्र सुरू करा.' नवज्योती

नशामुक्ती केंद्रांमध्ये गरीब लोक येतात ही खरी गोष्ट आहे. खाजगी केंद्रामध्ये जाऊन उपचार घेण्याची त्यांची परिस्थिती नसते.

विश्वविद्यालयांमध्ये वाढत असलेल्या नशेबाजांच्या संख्येचा अभ्यास करणेही अनिवार्य आहे. सुधारणा करायची असेल तर आपल्याला या समस्येचा अभ्यास खूप खोलवर जाऊन करावा लागेल.

स्त्रिया नशाबाजांच्या मुख्य बळी असतात हे आपण कधीही विसरता कामा नये. बहुतेक वेळा नशेबाज आपल्या वडिलांऐवजी आईलाच अधिक त्रास देतो. आई आपल्या आक्रमक मुलाला तोंड देण्यास शारीरिक आणि संसाधनांच्या पातळीवर असमर्थ असते. आपली आई कौटुंबिक हिंसेला योग्य व्यक्ती आहे हे मुलांना फार चटकन समजते. माझ्या संशोधनाच्या काळात मला असे कळून आले की, ज्या कुटुंबांमध्ये पती आपल्या पत्नीशी अपमानकारक रीत्या वागतो तेथे मुलगे आणि मुली आपल्या वडिलांच्या विरुद्ध कोणत्याही प्रकारची हिंसात्मक पावले उचलत नाहीत.

सर्वसाधारणपणे किशोरवयीन मुलांनी केलेल्या हल्ल्यांकडे आईबाप दुर्लक्ष करतात हे सर्वांना ठाऊक आहे. बऱ्याच वेळा आईबाप सारा दोष स्वत:कडे घेतात. अशा मारहाणीची चर्चाही केली जात नाही किंवा पोलिसांकडे तक्रारही नोंदवली जात नाही. सामाजिक स्तरावर ही घटना पुसूनच टाकली जाते. आईवडिलांना खूप वेळा असेही वाटते की, नातेवाईक शेजारी आणि इतर लोक त्यांनाच दोषी ठरवतील. म्हणूनच आईच्याविरुद्ध केल्या गेलेल्या हिंसेचा अभ्यास वैज्ञानिक, सार्वजनिक आणि नैतिक स्तरांवर केला गेला पाहिजे असे माझे मत आहे.

आजकाल कुटुंबातील बालकांशी केले गेलेले दुर्वर्तन हा वृत्तपत्रीय मथळ्यांमध्ये बऱ्याच वेळा झळकणारा विषय झाला आहे. या विषयावर केल्या गेलेल्या एका अभ्यासाच्या मते १३% गुन्ह्यांमध्ये या दुर्वर्तन घडण्याच्या वेळी दारूने कोणती भूमिका केली यावर लक्ष केंद्रित केले पाहिजे. काही दिवसांपूर्वी गर्भवती स्त्रियांनी दारू पिणे आणि अमली पदार्थांचे सेवन करणे याबद्दल सामाजिक आणि कायदेशीर स्तरावर रस घेतला जात होता. याला एक प्रकारे अजून जन्म न झालेल्या बालकाशी केलेले अनुचित वर्तन आणि बेपर्वाई मानले जात आहे.

कौटुंबिक हिंसा सर्वसामान्यपणे एकाच सामाजिक स्तरामध्ये घडून येते असे अजिबात नाही परंतु सर्वसाधारणपणे अशा घटना सामाजिक-आर्थिकदृष्ट्या खालच्या स्तरावरील वर्गांमध्ये घडतात असे दिसते. एका अभ्यासाचे निष्पन्न असे आहे की, मारहाण करणारे पुरुष बहुतेक वेळा कमी शिकलेले असतात. त्यांचे वर्तन समाजविरोधी असते आणि त्यांचे मानसिक संतुलनही बिघडलेले असते. कमी पगार आणि खालच्या दर्जाच्या नोकरीमध्ये जगणारे पुरुष आपले म्हणणे ठामपणे

मांडू शकत नाहीत, वैयक्तिक पातळीवर ते स्वतःला मान देऊ शकत नाहीत, शिवाय आपल्या क्षमता ओळखूही शकत नाहीत. पुन्हा पुन्हा आपल्याला पुरावे मिळत राहतात की, मारपीट करणारे पुरुष त्यांच्या बालपणात किंवा किशोरावस्थेत स्वतःही अशा दुर्वर्तनाची शिकार बनलेले असतात.

प्रत्यक्ष गुन्हा करण्यासाठी जे धैर्य लागते तेही मादक द्रव्यांच्या सेवनाने प्राप्त केले जाते. उपलब्ध माहितीच्या आधाराने मी एवढे निश्चित म्हणू शकते की, कौटुंबिक हिंसेच्या मामल्यामध्ये हस्तक्षेप करण्यास पोलिसही नाखूष असतात. आणि जेव्हा ते हस्तक्षेप करतात त्यावेळी त्यांची वागण्याची पद्धत अगदी तटस्थ आणि कठोर अशी असत. असे पेचप्रसंग सोडवणे हे आपले काम आहे असे पोलिस मानतच नाहीत. सामाजिक कार्यकर्त्यांची भूमिका सांभाळून येणाऱ्या इतर जबाबदाऱ्या स्वीकारण्यास पोलिस कर्मचारी घाबरतात. अधिकारी आपली कामे कायद्याप्रमाणे पार पाडतात. कायदे आणि विभागीय धोरणे यावरच निर्णयप्रक्रिया आधारलेली असते. कायद्यांचे पालन आणि शांततेचे रक्षण यांचा या निर्णयांशी सरळ संबंध असतो. याचे कारण असे आहे की, पोलिसांच्या प्रशिक्षणामध्ये समाजसेवेच्या कल्पनेला काहीही महत्त्व दिले जात नाही. सर्वसामान्य पोलिस कर्मचारी जनतेबद्दल उदासीन दृष्टिकोन बाळगतात हे सर्वांना माहीत आहे. संशोधकांचे निष्कर्ष असे आहेत की, कौटुंबिक हिंसेच्या गुन्ह्याखाली केलेल्या घरपकडीला सटरफटर धरपकड मानले जाते. या प्रकारच्या दृष्टिकोनाची कारणे आहेत, पुरेशी माहिती नसणे, औदासीन्य, वैयक्तिक मते, कैद करण्यास कचरणे, सामान्य माणसाची सेवा करावी ही भावनाच नसणे, स्त्रियांना पीडित शोषित किंवा शिकार असा दर्जा देण्यास नकार देणे, आणि स्वतः पीडित व्यक्तीला पोलिसांकडे तक्रार नोंदवण्यास वाटणारी भीती.

वरिष्ठ अधिकारीही कौटुंबिक हिंसाचाराकडे गंभीरतेने बघत नाही. या हिंसाचाराला नियंत्रित कसे करायचे हेच त्यांना माहीत नसते म्हणून ते असे वागत असतात. याशिवाय ५०% अधिकाऱ्यांना कौटुंबिक हिंसेमागील कारणांची माहितीच नसते. तुरुंगांमध्ये आधीच झालेली भयंकर गर्दी हेही या गुन्हेगारांना कैद न करण्यामागचे एक कारण आहे.

एका अभ्यासावरून असे लक्षात आले आहे की, या गुन्ह्यांना बळी पडणाऱ्या स्त्रियांना अशा संकटांबद्दल माहिती दिली जाते, जी त्यांच्यासमोर येतच नाहीत. कायदेशीर कारवाई करावी लागू नये म्हणून त्यांना सांगितले जाते की, 'हा तर नागरिक मामला आहे.' याच अभ्यासामध्ये असेही म्हटले गेले आहे की, पूर्वग्रहदूषित पद्धतीने स्त्रियांना माहिती दिली जाते. उदाहरणार्थ, 'त्याला जेलमध्ये टाकण्याचा तुला अधिकार आहे पण मग केवढ्या आर्थिक संकटांना तुला तोंड

द्यावे लागेल, याचा विचार कर.'

मला माझ्या संशोधनामध्ये असे आढळून आले की, अमली पदार्थांमुळे घडणाऱ्या कौटुंबिक हिंसेबद्दल पाश्चिमात्य राष्ट्रांमध्ये खूप मोठ्या प्रमाणावर अभ्यास केला गेला आहे. भारतामध्ये अजून यावर अभ्यास केला गेलेला नाही. निश्चित धोरणे आखण्यासाठी प्रथम आपल्याला वैज्ञानिक आणि सैद्धांतिक स्तरांवर या समस्येला तोंड देण्यासाठी तिचे रूप, तिचे प्रमाण, तिची प्रबलता आणि इतर संबंधित क्षेत्रांचे अध्ययन करावे लागेल.

कौटुंबिक हिंसेशी संबंधित असलेले सर्व सिद्धांत कुटुंबाच्या सीमेच्या आतील परंपरागत परस्परसंबंध आणि संसाधनांवर आधारित असतात. कुटुंबाचे सदस्य घरी का येतात? किंवा त्यांना आपल्या कुटुंबाची प्रतिमा इतकी प्रिय का असते? बाहेरच्या जगातील ताणतणाव आणि अडचणी यापासून थोडाफार दिलासा आपल्या कुटुंबाकडून मिळत असतो. कुटुंब त्यांना आधार देते. येथेच मौनाचे कारस्थान सुरू होते. कुटुंब ही एक अद्वितीय संस्था आहे. कुटुंब हे बहुधा असे एकच एकक आहे की, जेथे आवड किंवा क्षमता याऐवजी वय आणि लिंग या आधाराने जबाबदाऱ्या सोपवल्या जातात. हेही सत्य आहे की, कुटुंबातील सदस्यांना एकमेकांच्या क्षमता, दुर्बल स्थाने, आवडी- निवडी, एकमेकांच्या प्रेमपूर्ण भावना, अनुराग, प्रीती यांची माहिती असते. हे सर्व असल्यामुळे एकीकडे कुटुंबाच्या अंतर्गत चांगले संबंध प्रस्थापित होऊ शकतात, तर दुसरीकडे आपल्याच माणसांवर हात उचलला जातो आणि संघर्षाची स्थिती उत्पन्न होते.

❑

www.ingramcontent.com/pod-product-compliance
Lightning Source LLC
Chambersburg PA
CBHW060823250626
47162CB00005B/1921

* 9 7 8 8 1 7 7 6 6 3 5 4 9 *